(જાસૂસ [illegible]

પ્લેન હા[illegible]ગ

નરેન્દ્ર ત્રિવેદી

નિર્મોહી પ્રકાશન
મેહસાણા, ગુજરાત.
9624244390, nirmohimagazine@gmail.com

અર્પણ

સ્વ. માતા-પિતાને મારી પ્રથમ ઇન્ટરનેશનલ જાસૂસ નવલકથા "પ્લેન હાઇજેકિંગ"ની પ્રિન્ટ બુક અને *E-BOOK* પ્રસ્તુતિ તેમના પાવન ચરણોમાં વંદન સાથે અર્પણ કરું છું.

- પ્લેન હાઇજેકિંગ

- પ્લેન હાઇજેકિંગ

- નરેન્દ્ર ત્રિવેદી

- કિંમત - 335 /-

- પ્રકાશન -

નિર્મોહી પ્રકાશન

મહેસાણા, ગુજરાત.

મો. નં. – 9624244390

પ્રસ્તાવના

ગુજરાતી ભાષાની જો કોઈ શ્રેષ્ઠ સેવા કરતુ હોય તો એ એના વાચકો છે. સર્જકોની કૃતિઓ જો વંચાય નહી અને સમાજના ફલક ઉપર પહોચે જ નહી તો સાહિત્ય યાત્રા અધુરી ગણાય. આપણા સમાજમાં અને જે-તે યુગમાં શ્રેષ્ઠ સાહિત્યનુ સર્જન થયું છે અને સમાજમાં એ સમયનાં વાચકો પણ શ્રેષ્ઠ કક્ષાના નિશ:ક હતા.

નરેન્દ્રભાઈ ત્રિવેદીની જાસુસ નવલકથા "પ્લેન હાઇજેકિંગ"ની પ્રસ્તાવના લખવાનું ઇજન મળ્યું, ત્યારે આત્મપરીક્ષણ કરતા એમ લાગ્યું કે મારી પાસે આવી સરસ વાર્તા માટેની પ્રસ્તાવના લખવાનું સામર્થ્ય શું છે? હું તો ખરેખર નાટકનો માણસ અને હવે વાર્તા પઠન કરી લોકો સુધી વાર્તાઓ પહોંચાડવાનું કાર્ય કરતો રહું છું. પણ આ બધું કરવામાં સહારો તો વાંચનનો જ એટલે ભાષા પ્રવૃતિમાં નિખાલસ વાચક તરીકે સ્થાન તો ખરું જ. જયારે વાચક કોઈ પુસ્તકની પ્રસ્તાવના લખે ત્યારે પૃથ્વી થળવત (ground to earth) બને એવું ચોક્કસ રહી શકાય.

નરેન્દ્રભાઈ આમતો શાળા કોલેજ વખતથી ગદ્ય-પદ્યમાં કવિતા લેખ બધું લખતા પણ એમના લગ્ન પછી ૧૯૭૮થી એમના ધર્મપત્નીના પ્રોત્સાહનથી આ પ્રવુતિ વેગમાં આવી. સ્ટેટ બેન્કમાંથી નિવૃત્તિ પછી તો એમની લેખન પ્રવૃત્તિનો વેગ સાહિત્યનાં રાજમાર્ગ પર સડસડાટ દોડવા લાગ્યો. તેઓ રોજ લખવા લાગ્યા. એમાં પણ કોરોના કાળની મહામારી વખતે પ્રતિલિપિ, સૃજન, વિસ્મય, ગુજરાતી મેળો જેવા પ્લેટફોર્મ પર એમણે ખુબ લખ્યું.અત્યારે પણ

આ બધાંજ સોશિયલ મીડિયા તેમજ સ્ટોરી મિરોર જેવા ભાષા વૈવિધ્ય ધરાવતા સૌથી મોટા સોશિયલ ડિઝીટલ માધ્યમ પર એ ટોચના લેખક તરીકે ઉભરી આવ્યા છે. સ્ટોરી મિરોરનું ૨૦૨૨નું એડિટર ચોઈસનું પ્રમાણપત્ર નરેન્દ્રભાઈને મળેલું છે.

નરેન્દ્રભાઈ સાહિત્યના દરેક પ્રકારમાં પોતાનું પ્રદાન આપે છે. ટૂંકી વાર્તા, કાવ્ય, ગીત, ગઝલ, નવલકથા. પણ એમની પક્કડ કહી શકાય એવી કૃતિઓમાં ગઝલ અને રહસ્ય નવલકથા અગ્રક્રમે રહે. રહસ્ય કથાઓમાં જાસુસી, ઉતેજનાસભર કથાનક અને પળે પળે બદલાતા રંગમાં વાચકોને એક જુદી જ દુનિયામાં લઈ જાય અને મેઘધનુષી આકાશનો અનુભવ કરાવે છે.

આવી જ એક રુવાડા ઉભા કરી દે એવી નવલકથા એટલે "પ્લેન હાઈજેકિંગ". રહસ્ય કથા વિષે તો આમ કશું કહેવાય જ નહી; નહી તો વાચકોનો રસભંગ થાય. પણ એની થોડી ખૂબીઓ જરૂર બતાવીશ એટલે આપને આ કથાનક વાંચવું વધુ ગમશે.

પહેલા પ્રકરણથી સાવ સામાન્ય ઘટનાથી શરુ થતી નવલકથા અચાનક એક પછી એક રહસ્ય મૂકી વાચકોની ઇન્તેજારી વધારી દે છે. ધીમે ધીમે રહસ્યની જાળ ગૂંથાતી જાય અને પછી ઉકેલાતી જાય, પાછી કરોળીયાની જેમ જાળ બનાવે, પાછું એમ લાગે કે હવે તો રહસ્ય ઉકલી ગયું ત્યાં પાછી ગુંચ પડી જાય અને છેલ્લે બધું દીવા જેવું ચોખ્ખું ચટ થઈને રહસ્ય ઉકલી જાય.

એમ કહેવાય છે કે, "processing is more interesting than destiny" એમ નરેન્દ્રભાઈની વાર્તામાં અંત કરતા વચ્ચેની યાત્રા ખુબ રસપ્રદ હોય છે.

વાર્તાનું શિર્ષક આમ તો કથાનક શેની આસપાસ હશે એ બતાવી જ દે છે પણ ૩૧ પ્રકરણમાં સમાયેલી આ વાર્તા બે મુખ્ય ખાસિયત ધરાવે છે. એક વાર્તા હકારાત્મક અભિગમ સાથે પૂર્ણ થશે અને બીજું, એમાં વણાયેલી કલ્પના એટલી સરસ રીતે ગુથેલી છે કે નવલકથાનું કથાનક વાસ્તવિકતાની બહુ જ નજીક લાગે. આમ પણ લેખક આજે જે કલ્પના કરે એ શોધ વર્ષો પછી અમલમાં આવતી આપણે જોઈ જ છે ને!

તો ચાલો, સર્જક અને વાચકો વચ્ચેથી હું નીકળી જાઉં, શબ્દોને વિરામ આપી.
અસ્તુ.

દિનેશ ધોળકિયા (વડોદરા)

શુભેચ્છા સંદેશ

શ્રીમતી જિજ્ઞા ત્રિવેદી. નરેન્દ્ર ત્રિવેદી

હું જિજ્ઞા ત્રિવેદી, નરેન્દ્ર ત્રિવેદીની અર્ધાંગીની છું,.મને નાનપણથી વાંચનનો શોખ છે. સ્કૂલ, કોલેજમાં એલ. એસ તરીકેની જવાબદારી સારી રીતે નિભાવી હતી. મેં બી.એ વીથ ઇકોનોમિક્સ એસ એન ડી ટી યુની. મુંબઈમાંથી કરેલ છે. હું ગ્લાસ પેઇન્ટિંગ, સીરામીક પોટ વર્ક, નીબ પેઇન્ટિંગના કલાસ, કુકિંગ કલાસ, મહેંદીના કલાસ અને બ્યુટીપાર્લર કલાસ પણ ચલાવતી હતી. હાલ મને ગાર્ડનિંગનો શોખ છે એટલે ગાર્ડિંગ કરી રહી છું અને સાથે સાથે સફળ બેટર હાફ અને હોમ મેકર છું. હું, આપને આપની પ્રથમ જાસૂસ નવલકથા "પ્લેન હાઈજેકિંગ" ના પ્રકાશન માટે ખૂબ ખૂબ સફળતા ઈચ્છું છું અને ગૌરવની લાગણી અનુભવું છું.

જિજ્ઞા ત્રિવેદી

શુભેચ્છા સંદેશ

પ્રતિભા સંપન્ન કવિ, વાર્તાકાર અને રહસ્ય ભરપૂર નવલકથાઓના લેખક શ્રી નરેન્દ્રભાઈ ત્રિવેદીની જાસૂસ નવલકથા 'પ્લેન હાઈજેકિંગ' આંતરરાષ્ટ્રીય સ્તરે પ્રગટ થવા જઈ રહ્યાના ખબર જાણીને અપાર હર્ષ, ખુશી અને આનંદનો અનુભવ થાય છે. શ્રી નરેન્દ્રભાઈએ પોતાની કૃતિઓ અનેક ડિજિટલ મેગેઝિનોમાં સતત મૂકતાં રહીને વાંચકોની ખૂબ ચાહના અને પ્રશંસા પ્રાપ્ત કરેલ છે. નવલકથા 'પ્લેન હાઈજેકિંગ'ના પ્રસિદ્ધ થવાના ગૌરવપૂર્ણ શુભ પ્રસંગે લેખકશ્રીને હાર્દિક અભિનંદન તેમજ અનેક શુભકામનાઓ. નરેન્દ્રભાઈ સાહિત્ય ક્ષેત્રે વધુને વધુ સિદ્ધિઓ પ્રાપ્ત કરે એવી શત શત શુભેચ્છાઓ.

અનંત શાહ (અમદાવાદ)

ભાઈશ્રી નરેન્દ્ર ત્રિવેદી આમ તો સાહિત્ય જગતમાં અજાણ વ્યક્તિત્વ છે. કારણ કે જીવનનો મોટો ભાગ બેન્કિંગ ક્ષેત્રમાં ગળાડૂબ રહિયા એનો અર્થ એ નહીં કે તેનો સાહિત્યનો જીવ સુષપ્ત હતો પણ સમયના અભાવે તેનામાં ઘૂંટાયેલ સાહિત્યને અક્ષરદેહ આપી ન શક્યા. પરંતુ જેવી બેન્કિંગ ક્ષત્રમાંથી નિવૃત્તિ મળી કે પ્રથમ વર્ષના બિંદુ જમીનને આલિંગન ચોડુ કે તેના જમીરમાંથી લીલા તણખલા ફૂટી નીકળે એમ એક પછી એક કાવ્ય, લેખ, નવલકથાના કૂંપળો ફટાકડા માફક ફૂટવા માંડ્યા. મને પણ આશ્ચર્ય થયું કે જે વ્યક્તિએ સાહિત્યકાર તરીકે પોતાની ઓળખ પ્રસ્થાપિત કરેલ નથી તે વ્યક્તિ સાહિત્યનો શણગાર પીરસી રહીયો છે. દરેક લખાણ ગુજરાતી ભાષાના છંદ, વ્યાકરણ, ટહુકાને બરાબર સંજ્ઞાનમાં લઈ લખી રહીયો છે. તેની જાસૂસ નવલકથા માટે તો તેની કલ્પના શક્તિ, રહસ્મય સર્જનાત્મક શક્તિને દાદ આપવી રહી. જયારે તેની જાસૂસ નવલકથા "પ્લેન હાઇજેકિંગ" આંતરરાષ્ટ્રીય લેવેલે પ્રકાશિસ્ત થવા જઈ

રહી છે ત્યારે મને ખાતરી અને શ્રદ્ધા છે કે વાંચકવર્ગ ઝૂમી ઉઠશે. ભાઈશ્રી નરેન્દ્ર વાંચક વર્ગની આશા, અપેક્ષામાં ખરા ઊતરશે. મારી ખૂબ ખૂબ શુભેચ્છાઓ.

પી. જે. શાહ (ભાવનગર)

અશોકભાઈ પંડ્યા

પ્રિય નરેન્દ્રભાઇ, નમસ્કાર

તમારી રહસ્યોથી ભરપુર અનોખી જાસૂસ નવલકથા 'પ્લેન હાઇજેકિંગ' વિશાળ ફલક ઉપર આંતરરાષ્ટ્રીય સ્તરે "નિર્મોહી પબ્લિકેશન દ્વારા પબ્લિશ થવા જઇ રહી છે, તે બહુ આનંદ અને ગૌરવની વાત છે.

નિર્મોહી પબ્લિકેશનના શ્રી અકિતભાઇએ બહુ વખાણાયેલી અને આરંભથી અંત સુધી વાચકોને જકડી રાખતી 'પ્લેન હાઇજેકિંગ' નવલકથા પસંદ કરી છે, તે માટે આનંદ અને આભાર વ્યક્ત કરૂં છું. શહેર, રાજ્ય અને દેશના સીમાડા ઓળંગી વિશ્વભરના વાચકો સુધી આ કૃતિ પહોંચશે અને એક નવું કીર્તિમાન સ્થાપિત થશે તે માટે અઢળક અભિનંદન અને શુભેચ્છાઓ.

'નિર્મોહી પબ્લિકેશન'ના અભિયાનને અપૂર્વ સફળતા વાંચું છું. સ્નેહસભર વંદન.

અશોક પંડ્યા (ભાવનગર)

શ્રી નરેન્દ્રભાઈ,

એ જાણીને ખૂબ આનંદની લાગણી અનુભવું છું કે, આપની, જાસૂસ નવલકથા *પ્લેન હાઇજેકિંગ* નિર્મોહી પબ્લિકેસન દ્વારા આંતરરાષ્ટ્રીય સ્તરે પ્રકાશિત થવા જઈ રહી છે. ઉપરોક્ત જાસૂસ નવલકથા તાજેતરમાં વિસ્મયના ડિજીટલ પ્લેટફોર્મ ઉપરથી અઠવાડિક હપ્તે પ્રકાશિત થઈ હતી. અને વિસ્મયના સૌ વાચકોએ તેનો ભરપૂર આંનદ માણી ખૂબ વખાણી અને આવકારી હતી. આપની લેખન શૈલીની કમાલ સ્વરૂપે સૌ વાચકો/ ભાવકોને દરેક હપ્તે આગળના હપ્તાની ખુબજ પ્રતીક્ષા રહેતી અને સૌ તેની આતુરતાથી પ્રતીક્ષા કરતા હતા. આ નવલકથાએ વિસ્મયના સૌ વાચકોને ખૂબ પ્રભાવિત કરી છેક છેલ્લા હતા સુધી જકડી રાખ્યા હતા. વિસ્મય ટીમના સભ્ય રૂપે મને આપની આ નવલકથાના બધાં જ હપ્તાની પ્રસ્તુતિ અને સંકલન કરવાનું કાર્ય મળ્યું હતું. જેના માટે હું ગૌરવની લાગણી અનુભવું છું. આપની આ નવલકથાનું વૈશ્વિક સ્તરે પ્રકાશન થઈ રહ્યું છે તે જાણી વિશેષ ગૌરવ અને આનંદની લાગણી અનુભવું છું.

આપની આ નવલકથા ખુબજ બળુકી છે અને આપ દ્વારા તેની અત્યંત સુંદર રજૂઆતે કથાને ખૂબ સુંદર અક્ષરદેહ આપ્યો છે એટલે તેની સફળતા માટે કોઈ શંકા નથી. આપનુ આ પબ્લિકેશન ખૂબ સફળતા મેળવશે તેમાં કોઈ શંકાને સ્થાન નથી.

હું, આપને આપની આ નવલકથાના પ્રકાશન માટે ખૂબ ખૂબ સફળતા ઈચ્છું છું અને ગૌરવની લાગણી અનુભવું છું.

હસમુખભાઈ મકવાણા (અમદાવાદ)

શ્રી નરેન્દ્રભાઈ,

"પ્લેન હાઈજેકિંગ" અત્યંત રસપ્રદ જાસૂસ નવલકથાનાં પ્રકાશન નિમિત્તે આપશ્રીને ખૂબ ખૂબ શુભકામના. આપની બળુકી કલમથી લખાયેલ પ્રસ્તુત નવલકથા વાંચકોને પળે પળે ઇન્તેજારી ઉભી કરતી હતી. અને આગળના પ્રસંગ/પ્રકરણની આતુરતા પૂર્વક રાહ જોતા કરી દીધા હતા. વિસ્મય ટીમના સભ્ય રૂપે મને આપની આ નવલકથાના બધાં જ હપ્તાનાં ફોટોઝ પ્રસ્તુત કરવાનું કાર્ય મળ્યું હતું. જેના માટે હું ગૌરવની લાગણી અનુભવું છું. નરેન્દ્રભાઇના આ જાસૂસ નવલકથાનાં પ્રકાશન પ્રસંગે શુભકામના અને તેમની ક્લમ અવિરત ચાલતી રહે અને વાચકોને નવી નવી વાર્તાઓ પીરસાતી રહે તેવી અભ્યર્થના.

મયંક મહેતા (અમદાવાદ.નાઉ USA)

ભરતભાઈ ભટ્ટ

પ્રિય મિત્ર, નરેન્દ્રભાઈ ત્રિવેદી

આ પત્ર દ્વારા આપને આપની જાસૂસ નવલકથા “પ્લેન હાઇજેકિંગ”ના પ્રકાશન માટે હ્રદયપુર્વકની શુભેચ્છાઓ અને શુભકામનાઓ. આપ નિરંતર પ્રગતિ કરો અને અમે એ પળના સાક્ષી બનતા રહીએ. અમારુ ગૌરવ આપ દ્વારા અવિરત પ્રગતિ કરતુ રહે એવી અભિલાષા. અભિનંદન સહ શુભેચ્છાઓ.

ભરત ભટ્ટ (ભાવનગર)

અનુક્રમણિકા

(જાસૂસ નવલકથા)

પ્લેન હાઇજેકિંગ

1.

જુગલકિશોરના જન્મદિવસની ઉજવણી

જુગલકિશોર ત્રીસેક વર્ષનો ફૂટડો યુવાન, હેન્ડ સમ, ચપળ, સુંદર શારીરિક બાંધો ધરાવતો બેનરજી એક્સપોર્ટ એન્ડ ઈમ્પોર્ટ કંપનીનો અવલ દરજ્જાનો ઓફિસર હતો. કુસ્તીનાં દાવ પેચ, માર્શલ આર્ટ, જુડો કરાટેમાં માહિર હતો. દરેક પ્રકારનાં હથિયાર ચલાવામાં પ્રવિણ અને જાણકાર, સારો એવો નિશાન બાજ હતો. મોટા ભાગે પિસ્તોલ કે રિવોલ્વરનો ઉપયાગ કરવાનું પસંદ નહીં કરનાર, પણ જરૂર પડે ગમે તેવી સ્થિતિનો સામનો કરવા માટે સક્ષમ અને સજ્જ રહેનાર જુગલકિશોરનો આજે જન્મદિવસ હતો. મિત્રો અને ચાહકો પૂરતી સંખ્યામાં આવી ચુક્યા હતા. એક પછી એક સ્ટાફનાં માણસો અને મિત્રો આવી રહ્યા હતા. હોલને ખૂબ જ સારી રીતે લાઇટિંગથી, ફૂલોથી, કલરફુલ કાપડનો પણ ઉપયાગ કરીને શણગારવામાં આવ્યો હતો. આમંત્રિત માટે, વી. આઈ. પી. માટે મિત્રો અને અન્ય માટે જૂદી જૂદી બેઠક વ્યવસ્થા હતી. માનોને એક વૈભવી જન્મદિવસની ઉજવણી માટે હોય એવી તમામ પ્રકારની વ્યવસ્થા હતી. મેનુમાં પણ વિવિધ આઈટમોનો સમાવેશ થયેલો હતો. અનેક પ્રકારની વિવિધતા હતી.

"હલ્લો, માય ડિયર ફ્રેન્ડ જુગલ.. નહીં, નહીં, જુગલકિશોર! આજે તો હું તને જુગલકિશોર જ કહીશ." એમ કહેતો કહેતો રોનક રુમમાં દાખલ થયો.

"હવે દોઢ ડાહ્યો થામાં, કેમ મોડો આવ્યો? આ તારા આવવાનો સમય છે? તારી પહેલા કેટલા બધાં આમંત્રિત મહેમાનો આવી ચૂક્યા છે. તારે વ્યવસ્થામાં રહેવાનું હોય તેના બદલે એક આમંત્રિતની જેમ આવે છો." જુગલકિશોરે પ્રેમથી રોનકને આડે હાથ લીધો. સામે રોનકે ફક્ત સ્મિત આપ્યું.

રોનક એટલે બેનરજી એક્સપોર્ટ એન્ડ ઈમ્પોર્ટ કંપનીનો બીજા નંબરનો ઓફિસર. આઈ. ટી. એક્સપર્ટ, ફોરેન્સિક બાબતનો જાણકાર, સારો એવો ફોટોગ્રાફર અને જા-બાદ,બહાદુર, ગમે ત્યાં સરળતાથી ગુપ્ત રીતે ઘૂસી જવાની કળાનો જાણકાર. જુગલકિશોરનો અંતરંગ મિત્ર એટલે જુગલકિશોરને રોનકને ધમકાવવાનો પૂરેપૂરો હક્ક હતો. રોનક ઘણી વખત જુગલકિશોરને "ગુરુ" કહીને પણ સંબોધન કરતો. અને જુગલકિશોરને એ ગમતું પણ ખરું.

"ગુરુ, વાત તો સાચી છે કે મારે બધાની પહેલાં આવવું પડે, પણ કેમ મોડો થયો તેનું કારણ નહીં પૂછે? હું તારી જેમ ખોટા આંટા નહોતો મારતો, અહીંની વ્યવસ્થામાં વ્યસ્ત હતો. તને એ ન દેખાયું? ગુરુ તારી તિતલી કેમ હજી આવી

નથી.તેને આમંત્રણ તો આપ્યું છે ને? તે આમંત્રણ ચોક્કસ આપ્યું જ હોય. તું મને ભૂલી જા પણ તેને તો ન જ ભૂલે."

"કોણ"..."ગુરુ અજાણ્યા બનોમાં. હું કોની વાત કરું છું એ તને બરોબર ખબર છે." "કોની? રોમાની વાત કરે છો ને?" "જોયું ગુરુ, તું બરોબર સમજી ગયોને. મારી વાત સાચી છે ને? ગુરુ મને તારા રોમા પ્રત્યેનાં સોફ્ટ કોર્નરની ખબર છે. કહે તો ચીફને વાત કરું." "હવે તું તારી વાતો હાંકવાની બંધ કરીશ."

"લો, બંધ કરું છું.આ તારી તિતલી આવી ગઈ." "બહુ ચાવળો ન થતો એ બહુ ગુસ્સા વાળી છે." "તો એમાં મારે શું! જે કાંઈ તકલીફ છે એ તારે છે. લે! હવે જા, તારી તિતલી કારમાંથી ઉતરી રહી છે. જા જઈને તેનું સ્વાગત કર. મને તારી દયા આવે છે. પેલો ગાર્ડ કેટલો નસીબદાર છે. ઉભો ઉભો એકીટશે તારી તિતલીને નીરખી રહ્યો છે. આજે રોમાનો ઠસ્સો પણ કાઈ ઓર છે. ભાઈ, હોય જ ને ભાઈ, આજે તો યાર દિલદારનો જન્મદિવસ છે." રોનક બોલતો રહ્યો. જુગલકિશોરે ઉભા થઈને રોમાને આવકાર આપ્યો. રોમા સ્મિત સાથે રોનકની બાજુની ખુરશી ઉપર બેસી ગઈ.

"હાય, રે! નસીબ? અમને તો કોઈએ આવો એમ પણ ન કહ્યું, ઉપરથી દરિયા જેવો ખારો ઠપકો આપ્યો. આપણે થોડા યાર દિલદાર છીએ, ખાલી અમથા મિત્ર છીએ."

"રોનક, તું શાંત બેસી રહીશ, ભાઈ તારી મશ્કરીની વાતો પુરી નહીં થાય."

"જુગલ એને બોલવા દે. તું ના કહીશ તો તેને વધારે ચાનક ચડશે." રોમાએ રોનક સામે આંખોને નચાવતા કહ્યું.

"મને ખબર જ હતી કે તમે બંને એક થઈ, મને જ એકલો પાડી દેવાના છો. હવે તો હદ થાય છે, ભાઈ! ચીફને વાત કરવી જ પડશે."

મનોજ એટલે બેનરજી એક્સપોર્ટ એન્ડ ઈમ્પોર્ટ કંપનીનો ચાર નંબરનો ઓફિસર. દરેક પ્રકારનાં ટુ વિલર કે ફોર વિલર ચલાવવામાં માહિર, ફાસ્ટ પણ સેફ ડ્રાઇવિંગ કરવામાં એકકો. મનોજ મોટે ભાગે બેનરજી સાહેબ સાથે જ રહેતો, માનો કે એક સુરક્ષા ગાર્ડ જેવું તેનું કાર્ય હતું.

જુગલકિશોર, રોનક અને રોમા વચ્ચે મીઠી નોક જોક ચાલતી હતી ત્યાં બેનરજી સાહેબની કાર આવી, બધાં એ ઉભા થઈ આવકાર આપ્યો. બેનરજી સાહેબ, હાથ હલાવતા હોલમાં દાખલ થયા.

"જુગલ, બધી વ્યવસ્થા બરોબર છે ને? આજે તારો જન્મદિવસ છે, કોઈ જાતની કસર રહેવી ન જોઈએ."

“સાહેબ, આ રોનક હોય ત્યાં કોઈ જ ખામી ન રહે” બેનરજી સાહેબે હસીને પોતાની બેઠક લીધી.

“રોનક કેક માટે કોણે જવાબદારી લીધી છે.?”

“સાહેબ, રોમાએ.”

“રોમા, કેક ક્યારે કાપવાની છે? પછી મારેતમારી સાથે થોડીક વાત કરવી છે.”

“સાહેબ કેક આવી ગઈ છે. આપની જ રાહ જોઈ રહયા હતા.”

“સારું તો હું થોડીક વાત કરી લઉં. પછી કેક કાપીશુ? જુગલ તારો શું વિચાર છે?”

“સાહેબ, આપની વાત બરોબર છે.”

બેનરજી સાહેબે પ્રાસંગિક વાત કરીને કહ્યું, “જુઓ અહીં મારા ચાર ઓફિસર હાજર છે. મેં આજે જ એક પાંચમા ઓફિસરને નિમણૂંક આપી છે જે એક પાઇલોટ છે.” જુગલકિશોર, રોમા, રોનક અને મનોજે એક બીજા સામે જોયું કે આપણને તો ખબર જ નથી. ચીફ પણ ખરા છે. પણ, ચીફને કોઈ સવાલ ન પુછી શકાય એટલે બધાં ચૂપ રહ્યા.

કેક આવી ગઈ, ફરતાં બધાં જ ગોઠવાઈ ગયા. જુગલકિશોરે કેક કાપવા ચપ્પુ હાથમાં લીધી ત્યાં તેની નજર કેકમાં પડેલી એક નાનકડી ચિઠ્ઠી ઉપર પડી. એક ક્ષણ અટકીને હળવેથી કોઈને ખબર ન પડે તેમ ચિઠ્ઠી ઉપાડી લઈને કેક કાપી, હોલ "હેપી બર્થ ડે ટુ જુગલકિશોરથી" ગુંજી ઉઠ્યો. અને ભોજન સમારંભ પછી સૌ જુગલકિશોરને શુભેચ્છાઓ આપી વિદાય થયા.

2.

જુગલકિશોરને ચિઠ્ઠી

જુગલકિશોરે કેક ઉપરથી ચિઠ્ઠી લઈ લીધી હતી એ બેનરજી સાહેબે જોયું હતું. જુગલકિશોરને આ વાતની ખબર નહોતી. ફંકશન પૂરું થયા પછી બેનરજી સાહેબે કહ્યું, આપણે અહીંથી બધાંએ સીધા જ ઓફીસ જવાનું છે. જુગલકિશોર સિવાય બધાંને આશ્ચર્ય થયું પણ જુગલકિશોર સમજી ગયો કે તેની ચિઠ્ઠી લઈ લેવાની હરકત ચીફ જાણી ગયા છે એટલે પ્રોગ્રામમાં ફેરફાર થયો છે. ચીફને પણ ચિઠ્ઠી માટેની ગંભીરતા સમજાય ગઈ લાગે છે અને હવે એ વિષય પર વાત કરવા માટે ચીફે બધાને સીધાજ ઓફિસે જવાનું કહ્યું છે.

"જુગલ તે જે ચિઠ્ઠી કેક ઉપરથી લીધી એ ખોલ એટલે બધાંને ચિઠ્ઠીનાં ભેદની ખબર પડે." ચીફની વાતથી બધાં જ નવાઈ પામી ગયા કે વળી કેક ઉપર ચિઠ્ઠી અને તે જુગલે ક્યારે લઈ લીધી એ ચીફ સિવાય કોઈને ખબર ન પડી. ખરો કાબેલ ખેલાડી છે. અમસ્થો નંબર વન જાસૂસ થોડો કહેવાય છે. તેનું કામજ નંબર વન છે.

જુગલકિશોરે ચિઠ્ઠી ખોલી તો તેમાંથી એક માઈક્રો ફિલ્મ નીકળી. "જુગલ ફિલ્મને પ્રોજેક્ટરમાં મૂકી સ્ક્રીન ઉપર ફોક્સ

કર એટલે સંદેશાની ખબર પડે. ચિઠ્ઠી મોકલનાર આપણને કંઈક કહેવા માંગે છે. એવું મને લાગે છે."

ફિલ્મમાં ફક્ત એટલો જ મેસેજ હતો, "પ્લેન હાઈજેક થવાનું છે." બાકી ફિલ્મ ખાલી હતી. બધાં જ વિચારમાં પડી ગયા કે મેસેજ છે તો આપણા માટેજ અને અધૂરા મેસેજથી આપણું ધ્યાન દોરવામાં આવ્યું છે કે પ્લેન હાઈજેક થવાનું છે પણ કઈ એર લાઈન્સનું, ક્યાં રૂટનું એ અધ્યાર છોડી દીધું છે. પણ ચિઠ્ઠી મોકલનાર પોતાની ઓળખને છુપી રાખવા માંગે છે. શા માટે? આ બાબત છે તો ચિંતાજનક અને વિચારવા લાયક છે. કોઈ કાળે તેને અવગણી શકાય તેમ નથી.

"રોમા તે કેકનો ઓર્ડર ક્યાં આપ્યો હતો? તેને ફોન કરીને અહીં બોલાવ, બીજી કોઈ વાત ન કરતી. મારા માનવા પ્રમાણે આ ચિઠ્ઠી કેક શોપમાંજ મૂકવામાં આવી છે."

રોમાએ શ્રીજી કેક સોંપમાં ફોન કરી કેક બનાવનાર માણસને મોકલવા કહ્યું. શ્રીજી કેક સોંપનાં માલિક કકુમલે કારણ પૂછયું પણ રોમાએ બેનરજી સાહેબને કામ છે એમ કહીને વાતને ટાળી દીધી.

"આ કેક તે બનાવી છે? તારું નામ શું છે? કેક બનાવવામાં મદદમાં કોઈ બીજું હતું? બહુ સારી રીતે કેક બનાવવામાં

આવી હતી. અમને બધાને બહુ ભાવી અને કેકનું ડેકોરેશન પણ સરસ હતું."

"હા, સાહેબ, કેક મેં બનાવી હતી. મારુ નામ કકુમલ છે. પણ વાત શું છે? મારી મદદમાં હમણાં જ કામ ઉપર રાખેલ મહમદ કરીને એક છોકરો હતો. તે કામ શીખવા માટે આવ્યો છે."

"સારું એ મહમદને બોલાવ. કકુમલે ગભરાઈને પૂછ્યું, "સાહેબ વાત શું છે? મને કહો તો ખરા."

"સાહેબ, એ બહુ સાદો, સીધો છોકરો છે." ફરીથી કકુમલે પૂછ્યું,

"સાહેબ મને કહો તો ખરા વાત શું છે? અમારી કઈ ભૂલ થઈ છે?"

"વાત કાઈજ નથી. મારે તેને મળવું છે. તમારૂં કેકનું કામ બહુ જ સરસ છે."

"મહમદ, તું શ્રીજી કેક સોંપમાં ક્યારથી કામ કરે છો? આ સિવાય પણ બીજું કાંઈ કામ કરે છો? કકુમલને કેક બનાવવામાં તે મદદ કરી હતી? તું કેક બનાવતો હતો ત્યારે તને કોઈ મળવા આવ્યું હતું?"

"સાહેબ, હું ચારેક મહિનાથી શ્રીજી કેક સોંપમાં કામ કરૂં છું. આ સિવાયના સમયમાં કોઈ જ કામ કરતો નથી. આ કેક મેં અને કકુમલે સાથે મળીને બનાવી હતી. પણ, વાત શું છે? અમને કાઈ સમજાતું નથી. સાહેબ, હું તો મારા કામથી કામ રાખું છું, પૂછી જુઓ મારા શેઠને."

"જુગલકિશોરની કેક ઊપરથી આ એક માઈક્રો ફિલ્મ ચિઠ્ઠીમાં બંધ કરેલી મળી છે. તમારા બે માંથી કોણે એ મૂકી છે એ કહો."

માઈક્રો ફિલ્મ જોઈને કકુમલ અને મહમદ બંને ધ્રુજી ગયા. કકુમલ કહે "સાહેબ, મને એ વિશે કાઈજ ખબર નથી. મહમદ, તું કાઈ જાણતો હો તો સાહેબને વાત કર. સાહેબથી કોઈ વાત છુપાવીશ નહી."

"સાહેબ, હવે મને યાદ આવ્યું. હું કેક બનાવતો હતો ત્યારે એક માણસ આવેલ, તેણે મને પૂછ્યું કે `આ કેક જુગલકિશોર સાહેબ માટેની છે?` મેં કહ્યું હા, તમારે શું કામ છે? `હું જુગલકિશોર સાહેબનો ફેન છું, મારે સાહેબને એક સરપ્રાઈઝ આપવી છે, આ ચિઠ્ઠી દ્વારા. તમે તેને કેકમાં બીજા કોઈની નજર ન પડે તે રીતે મૂકી દેશો?` મેં ઘણી ના પાડી, મારા શેઠને મળવાનું કહ્યું પણ એ વ્યક્તિ માન્યો નહીં. મને પરાણે પાંચસો રૂપિયા અને ચિઠ્ઠી આપીને જતો રહ્યો. હું કઈ સમજી શક્યો નહી કે મારે શું કરવું."

“તે એનું નામ તો પૂછ્યું હશે ને? કેવા કપડાં પહેર્યા હતા? ચહેરો તો જોયો હશેને?”

“સાહેબ, હું નામ પૂછું એ પહેલાં તો એ ચાલ્યો ગયો. કપડામાં બ્લુ જીન્સ અને યલો ટી શર્ટ પહેર્યું હતું. મોઢું ઢાંકેલું હતું એટલે ચહેરો જોઈ શક્યો નથી.”

“સારું, તમે બંને જઈ શકો છો. પણ જરૂર પડે હું તમને બંનેને પાછા બોલાવીશ ત્યારે આવજો અને ચિઠ્ઠી આપનાર વ્યક્તિ વિષે જો કઈ જાણવા મળે તો મને જાણ કરજો.”

“જુગલ, આ બંને ઉપર તું ધ્યાન રાખજે અને એક માણસને મહમદ પાછળ લગાડી દેજે. કાંઈક પગેરું જરૂર મળશે.”

“રોનક, તું આજે બધી એરલાઇન્સમાં ટિકિટ બુક થયેલ મુસાફરોનું લીસ્ટ મંગાવી લે. આ કામ અઘરું છે પણ પૂરું કરવું જરૂરી છે. મને કોઈ મોટી સાઝિશ રચાઈ રહી હોય કે કોઈ મોટા ષડયંત્રની ગંધ આવે છે.”

“ચાલ મનોજ, આપણે વેશ બદલીને શ્રીજી કેકશોપની મુલાકાત કરી લઈએ. જે કઈ બાબત ઉભી થઈ છે એ શ્રીજી કેક શોપમાંથી જ ઉભી થઈ છે. આપણને ખબર નથી કે આમાં શ્રીજી કેકશોપનાં માલિકનો કેટલો રોલ છે,પણ જે કઈ

જાણવા મળશે એ ત્યાંથી જ જાણવા મળશે એવું મને લાગે છે."

3.

લિસ્ટ ઓફ પેસેન્જર્સ

બેનરજી સાહેબ અને મનોજ વેશપલટો કરીને શ્રીજી કેકશોપ પહોંચ્યા. વેશપલટો કરવાનું કારણ હતું. મહમદ અને કકુમલ સાથે બેનરજી સાહેબે રૂબરૂમાં વાતચીત કરી હતી એટલે જો ઓળખી જાય તો કદાચ માહિતી તો ન મળે પણ એ સચેત થઈ જાય. કારણ કે હજી એ ખબર નહોતી કે કકુમલ આ બનતી ઘટનામાં સામેલ છે કે નહી? તેનો કોઈ રોલ છે કે નહી? એટલે માહિતી માટે ઓળખ છુપાવી ને જ જવું પડે એવી પરિસ્થિતિ હતી.

“અમારે શ્રીજી કેકશોપના માલિકને મળવું છે. અમારે તેનું અગત્યનું કામ છે.”

“હું જ તેનો માલિક છું. મારુ નામ કકુમલ છે.”

“સારું, આ વાત જરા ખાનગી છે અને તમે પણ તેને ખાનગી રાખજો. એક મહિના પછી બેનરજી એક્સપોર્ટ એન્ડ ઈમ્પોર્ટ કંપનીનાં માલિક શ્રી બેનરજી સાહેબનો જન્મદિવસ છે. તેઓ કેક માટેનો ઓર્ડર પણ અહીંયા તમને જ આપે છે.”
“હા, એ અમારા મોટા કસ્ટમર છે. દરેક ફંક્શનમાં કેક માટેનો

ઓર્ડર અમને જ આપે છે પણ તમારે કામ શું છે? એ કહો તો મને આગળ વાત કરવાની ખબર પડે."

"અમારે તમે બનાવેલી કેકમાં એક ચિઠ્ઠી છૂપી રીતે બેનરજી સાહેબને મળે એ રીતે મૂકવા આપવી છે. તમે કહો એટલા પૈસા અમે આપીશું પણ આ વાતને તમારે ખાનગી રાખવાની છે."

"ના, એવું ન થઈ શકે. અમે અહીં કેક બનાવી આપવા સિવાય કોઈ અન્ય સગવડ આપતા નથી. તમે કેકનો ઓર્ડર આપી શકો છો. એ તમારી જરૂરિયાત પ્રમાણે અમે બનાવી આપશું." "અમે તો સાંભળ્યું હતું કે તમારે ત્યાં જે નવો માણસ કામ શીખવા આવ્યો છે એ તો પૈસા લઈને આવી સગવડતા આપે છે અને એટલે તો અમે તેને મળવા રૂબરૂ આવ્યા છીએ. હું માનું છું, તમે અમને નિરાશ નહી કરો."

"તમારી વાત સાચી છે. તેની વિરુદ્ધ બહુ ફરિયાદો હતી એટલે અમે તેને ગઈકાલે જ છૂટો કરી દીધો છે. હવે એ તમને અહીયાં નહી મળી શકે."

"તો અમારું કામ નહીં થાય?" "ના, તમે જે કહ્યું એ કામ નહી થાય. બાકી કેક માટે ઓર્ડર આપશો તો એ અમે ચોક્કસ બનાવી આપશું."

"મનોજ, મહમદને મળવાની તક જતી રહી. હવે અત્યારે એ તો મળવો મુશ્કેલ છે. હવે રોનકનાં પેસેન્જર લિસ્ટ પરથી જ આગળ વધવું પડશે. જોઈએ રોનકે શું માહિતી એકઠી કરી છે."

રોનક આઈ. ટી. એક્સપર્ટ હતો. તેણે બધીજ એરલાઇન્સનાં પેસેન્જર બુકીંગનું લિસ્ટ મંગાવી લીધું હતું. કામ બહુજ મહેનત અને ધીરજ માંગી લે તેવું હતું અને ઘાસની ગંજી માંથી સોય ગોતવા જેવું કામ હતું.રોનક એક એક લિસ્ટ વેરીફાય કરતો ગયો. મોટા ભાગે તો ટુરિસ્ટ અને અન્ય એકલ દોકલ અન્ય વ્યક્તિઓનું જ બુકીંગ થયેલું હતું. એક એરલાઇન્સ `હેપી ઇન્ડિયા`નાં વીસ સીટનાં પ્લેન સિવાય કોઈ એરલાઈન્સનું ચાર્ટર બુકીંગ થયું નહોતું.

રોનકે `હેપી ઇન્ડિયા` એરલાઇન્સનાં પંદર દિવસ પછીનાં ચાર્ટર પ્લેનનાં પેસેન્જરનું લિસ્ટ અલગથી લઈને તેનો સ્ટડી શરૂ કર્યો. પ્લેનની કેપેસિટી પચીસ પેસેન્જરની હતી. પણ બુકીંગ ફક્ત વીસ સીટનું જ થયું હતું. પાંચ ક્રૂ મેમ્બર્સ હતા. રોનકે `હેપી ઇન્ડિયા` એરલાઇન્સમાં માહિતી માટે ફોન કર્યો તો જાણવા મળ્યું કે `હેપી ઇન્ડિયા`નું પ્લેન એક ફોરેનની પાર્ટીએ ચાર્ટર બુકીંગ કર્યું છે અને તેણે પેસેન્જરનું બુકીંગ કર્યું છે. અમને પ્લેન બુકીંગ પાર્ટીનું નામ આપવાની ચોખ્ખી ના પાડી છે એટલે અમે એ માહિતી આપને નહી આપી શકીએ.બીજી કોઈ માહિતી જોઈતી હોય તો કહો. રોનકને જે

માહિતી મળી અને રોનકે લિસ્ટ જોયું તો વિચારમાં પડી ગયો. કોઈ પાર્ટી એ ટુરનું આયોજન કર્યું હતું ને ટિકિટ બુકીંગ નહીં પણ દીવાળી ગિફ્ટ આપીને બધાંને આમંત્રિત કર્યા હતા. જેમાં ચાર ડોક્ટર, ચાર જૂદી જૂદી શાખાનાં વૈજ્ઞાનિક, આઠ લિડિંગ બિઝનેસમેન અને ચાર વ્યક્તિ અલગ અલગ રીતે પણ સામાજિક રીતે પ્રતિષ્ઠિત વ્યક્તિઓ હતી. રોનકને આશ્ચર્ય એ વાતનું થયું કે આ બધા જ માલેતુજાર હોવા છતાં અજાણી ટુરનું આયોજન કરનાર પાર્ટીનું આમંત્રણ સ્વીકાર્યું હતું. રોનક લિસ્ટ લઈને બેનરજી સાહેબ પાસે ગયો.

બેનરજી સાહેબે લિસ્ટ વાંચી જુગલકિશોર અને રોનકને કહ્યું, "તમે આ વીસ વ્યક્તિઓને એક મિટિંગ માટે આમંત્રણ આપો. આપણે તેની પાસેથી વિગત જાણીએ કે એ લોકોએ આમંત્રણ શા! માટે સ્વીકાર્યું છે? તેમની પાસેથી બીજી કોઈ માહિતી મળે તો જાણી લઈએ."

"ચીફ એ તો સીધી જ વાત છે કે આ લોકોને ફ્રીમાં ફરવા મળતું હોય તો લાભ શું કામ ન લેવો. માણસ ગમે તેટલો પૈસાવાળો હોય પણ ફ્રીમાં મળતી કોઈ સગવડ જતી કરતો નથી. આ માનવ સ્વભાવ છે પણ વિચારવા જેવી વાત એ છે કે બધાંજ જૂદી જૂદી સોસાયટીનાં ગ્રુપમાંથી આવે છે અને ટુરમાં એક સાથે જોડાયા છે. તો શું કામ જોડાયા છે? એ વિગત જાણવી બહુજ જરૂરી છે."

"રોનક તારો તર્ક સાચો છે. પણ તે વીસ વ્યક્તિઓનાં નામ વાંચ્યા એ બધાં જ સામાજિક, આર્થિક, રાજકીય રીતે મહત્વ ધરાવતી વ્યક્તિ છે. તું એ કેમ ભૂલી ગયો જુગલને મળેલો માઈક્રો ફિલ્મનો મેસેજ પ્લેન હાઈજેકિંગનો છે."

"તો, ચીફ આપણે હેપી એરલાઇન્સને આપણી શંકાની જાણ કરીએ એટલે આપણું કામ પૂરૂં થાય. અને પ્લેનનું હાઇજેકિંગ થતું અટકી જાય."

"રોનક ત્યાંજ તારી ભૂલ થાય છે. આપણું સાચું કામ તો હવે શરૂ થશે. કદાચ આ કોઈ ષડયંત્રનો ભાગ પણ હોઈ શકે એટલે વાતને અહીજ વિરામ નથી આપવો પણ જો કોઈ ષડયંત્ર હોય તો તેની જડ સુધી પહોચવું છે. કારણ કે આજે જો આ બાબતને આપણે અહીજ અટકાવી દઈશું તો આ વાત તો અહીંથી અટકી જશે પણ પછી થોડા સમય પછી કોઈ નવુંજ ષડયંત્ર ઉભું કરશે."

જુગલે પૂછ્યું, "એ કેવી રીતે ચીફ?"

"જુગલ, તું વિચારી જો. તને માઈક્રો ફિલ્મ કોણે મોકલી? અને શા માટે મોકલી?. આ પ્રશ્નોના આપણી પાસે કોઈ જવાબ નથી પણ આપણને કોઈક ચેતવવા માંગે છે. સાથે સાથે ષડયંત્રકારને પકડાવવા પણ માંગે છે એ પણ પોતાની ઓળખ જાહેર કર્યા વગર. એ કોઈ અલગ વ્યક્તિ પણ હોઈ

શકે અથવા તો આ આમંત્રિતમાંથી પણ કોઈ હોય શકે. માટે તું બધાંજ ટુરિસ્ટની ગુપ્તપણે એક મીટીંગ બોલાવ પછી આગળનું પ્લાનિંગ કરીએ. જુગલ અને રોનક ચીફનાં તર્કને બરાબર સમજી ગયા.

4.

બેનરજી સાહેબ સાથે મિટિંગ

"આપ સૌનું બેનરજી એક્સપોર્ટ એન્ડ ઈમ્પોર્ટ કંપનીમાં હાર્દિક સ્વાગત છે. હું બેનરજી અને આ બધો મારો સ્ટાફ છે. આપની સાથે મિટિંગ કરવાનું એક કારણ છે કે અમને જાણવા મળ્યું છે કે તમે બધાં એક સાથે હિન્દ મહાસાગરનાં કોઈ અજાણ્યા ટાપુને ડેવલપ કરવા જવાના છો. સારી વાત છે પણ મારી જિજ્ઞાસાનું કારણ એ છે કે તમે બધાં જ આર્થિક રીતે સધ્ધર છો છતાં પણ કોઈ અજાણ્યાની ટુરની ટિકિટ લઈ તેનો ઉપકાર અને દિવાળી ગિફ્ટ સ્વીકારીને જવાનું કારણ શું છે? આ તો મારા મનમાં ઉભો થતો એક સવાલ છે. બાકી મારો તો એક્સપોર્ટ એન્ડ ઇમ્પોર્ટનો બિઝનેસ છે તો તેમાં તમે મને કેટલા મદદ રૂપ થઈ શકો અને હું તમને કેટલો મદદ રૂપ થઈ શકું એ જાણવા માટેની આ મિટિંગ બોલાવી છે. આ સિવાય આ મિટિંગનો કોઈ જ હેતુ નથી. પણ તમારે કોઈ વિશેષ વાત મને જણાવવી હોય તો એ જણાવી શકો છો. તેમ છતાં તમારે કોઈ વાત ન કરાવી હોય તો મને કોઈ વાંધો નથી. હું રહ્યો બિઝનેસમેન એટલે તમારા અને મારા લાભ માટે જ આ મિટિંગ બોલાવી છે."

ઘડીક તો કોઈ કાઈજ ન બોલ્યું. કારણ કે તે લોકોએ આ બાબતે તો વિચાર્યું જ નહોતું. બધાંજ એક બીજા સામે જોઇને

43

ચુપ બેઠા હતા. એ લોકો પણ એક સાથે પહેલી વાર મળતા હતા. એક બીજાથી પરિચિત નહોતા. તેમાંથી એક વ્યક્તિએ ડોક્ટર રામનાથન સામે જોઇને કહ્યું,

"ડોક્ટર રામનાથન તમે કાઈ જણાવી શકશો? કારણ કે અમારા જાણવા પ્રમાણે પ્રથમ આમંત્રણ તમને મળ્યું હતું. એટલે આ આમંત્રણ બાબતે તમે કોઈ વિશેષ તપાસ કરી હોય. તમારી જેવી વ્યક્તિ કઈ એમજ આમંત્રણ ન સ્વીકારી લે."

બધાંએ ડોક્ટર રામનાથન સામે જોયું જાણે બધાંજ આંખોથી વાતને અનુમોદન આપતા હોય.

"બેનરજી સાહેબ, અમને બધાને એક ફોરેન ટુર ઓપેટરનો ફોન આવ્યો હતો કે તેઓની કંપની દર વરસે એક શહેરને પસંદ કરે છે. તેમાં વીસ વ્યક્તિને ડ્રો દ્વારા પસંદ કરવામાં આવે છે. આ વખતે તેઓએ મુંબઇ શહેર પસંદ કર્યું છે અને ફ્રી ટુર માટે આપનું શુભ નામ નીકળ્યું છે. હવે પછી તમને આગળનો પ્રોગ્રામ જણાવવામાં આવશે એટલે તમે તમારી તૈયારીમાં રહેજો. આથી વિશેષ કોઈ સૂચના અમને આપવામાં આવી નથી. અમે તપાસ કરી તો એ ટુર એરેન્જ કરતી પાર્ટીનું નામ ખ્યાતનામ છે. દર વરસે આવી ઘણી ટુર એરેન્જ કરે છે. અમને શંકા પડે તેવું કોઈ કારણ દેખાયું ન હોવાથી અમે આમંત્રણને સ્વીકાર્યું. ઉપરાંત અમને એમ પણ

કહેવામાં આવ્યું છે કે જે ટાપુની મુલાકાત લેવાની છે, તેના વિકાસ માટે અમારી મદદની જરૂર છે. આ સિવાય બીજા કોઈ કારણ અમને દેખાતા નહોતા અને શંકા ઉભી થાય એવું પણ કઈ બન્યું નહોતું એટલે અમે બધાંએ ટુરમાં જોડાવાનું નક્કી કર્યું."

"સારી વાત છે. આપણે જો કોઈ અજાણ્યા ટાપુનાં વિકાસમાં યોગદાન આપી શકીએ, એ ઘણું સારૂં કહેવાય. મને પણ ત્યાં તમારા માધ્યમથી એક્સપોર્ટ, ઇમ્પોર્ટનાં બિઝનેસનાં વિકાસની તક મળશે અને ટુરમાં જોડતી બધીજ વ્યક્તિઓ જુદા જુદા ક્ષેત્રમાંથી આવો છો એટલે ટાપુના સર્વાંગી વિકાસ માટે પણ તમે લોકો ખૂબ મદદરુપ થઈ શકશો. તમારી સમાજ ઉપયોગી ભાવના સરાહનીય છે."

"મારે તમને ટુરમાં સાથે રાખવા માટે એક ભેટ આપવી છે. આ એક રેડિયો ઇન્સ્ટ્રુમેન્ટ છે જે અમારા ઓફિસર રોનકે ડેવલોપ કર્યું છે. તેમાં એક નાનું એવું લાલ ટપકું છે તેની ઉપર તમારી આંગળી રાખીને જે બોલશો એ અહીં મારા સુપર કોમ્પ્યુટરમાં રેકોર્ડ થઈ જશે. તમે ખાલી વોઇસ મેસેજ મોકલી શકશો તેનાથી તમે કોઈ સાથે વાતચીત નહીં કરી શકો અને હું તમને જે મેસેજ મોકલીશ એ તમને સંભળાશે પણ રેકોર્ડ નહીં થાય. આ ઇન્સ્ટ્રુમેન્ટ હું તમને એટલે ભેટ આપું છું કે તમે ત્યાં જે જે જુવો કે અનુભવો એ બધી વિગત તમે મને આ રેડિયો ઇન્સ્ત્રુમેન્ત દ્વારા જણાવી શકશો. ત્યા તમે

કોઈ નોધ રાખી શકો એવી કોઈ વ્યવસ્થા ન પણ હોય. તમે આપેલ માહિતીના આધારે હું મારો બિઝનેસ પ્લાન બનાવી શકીશ. મને લાગે છે કે તમને કોઈને આ બાબતે વાંધો નહીં હોય. મને તમારો ટુર માટેનો પ્રોગ્રામ જણાવશો? એ મારે મારા પ્લાનિંગ માટે જાણવો જરૂરી છે."

"સાહેબ, અમને તમારો રેડિયો ઇન્સ્ટ્રુમેન્ટ લઈ જવામાં કોઈ વાંધો નથી. અત્યારે અમારી પાસે ટુર વિષેની કોઈ માહિતી નથી. અમને ટુર પ્રોગ્રામની જાણ થયે આપને જણાવીશું. અત્યારે તો પૂછવા છતાં અમને કઈ જ જણાવવામાં આવ્યું નથી. અમે પણ દ્વિધામાં છીએ કે ટુરનું પ્લાનિંગ કરવું તો કેવી રીતે કરવું. અહીયાની વ્યવસ્થા પણ અમારે ગોઠવીને જવું પડે. ત્યા કેટલો સમય રહેવું પડશે એ પણ અમને ખબર નથી."

"સારું તો ટુરની શુભેચ્છાઓ અને હવે આપણે રૂબરૂ નહીં પણ રેડિયો મેસેજથી મળતા રહીશું. તમે ગમે ત્યારે મારો સંપર્ક કરી શકો છો. અને મારા સંપર્કમાં રહેશો એ તમારા માટે ફાયદામાં છે. બીજી વાત આ આપણી મિટિંગ વિશેની તમે કોઈ સાથે ચર્ચા ન કરતા. અમારા પણ ઘણાં બિઝનેસ સિક્રેટ હોય છે એટલા માટે."

"ચીફ તમે આ લોકોને આપણને જે ભયની શંકા છે એ કેમ ન જણાવી? ટુર કેન્સલ કરવાનું કેમ ન કહ્યું? આપણે

ટુરિસ્ટોને ચેતવી દેવાની જરૂર હતી એમ મને લાગે છે. નાહકના આ લોકો ફ્રી ટુરના મોહમાં ફસાય જશે.?"

"જુગલ, આપણને એક તક આ લોકો મારફત વર્ડ માફિયા સુધી પહોંચવાની મળી છે એ તક મારે જવા નથી દેવી. તદુપરાંત જો હું સાચી વાત કરું તો પણ એ લોકો ન માનત, કારણ કે આપણી પાસે ધૂંધળી માહિતી છે.આપણને એ લોકોની ચોક્કસ યોજનાની ખબર નથી. તેમજ તેમનું જ પ્લેન હાઈજેક થવાનું છે એ બાબતની આપણી પાસે કોઈ ચોક્કસ માહિતી નથી એટલે તો રેડિયો ઇન્સ્ટ્રુમેન્ટ આપ્યું કે જેના દ્વારા આપણે તેના સંપર્કમાં રહી શકીએ. હવે આપણને જે આછી કિનારી દેખાય છે તેના આધારે જ આગળ વધવું પડશે. મને એક શંકા દેખાય છે કે આપણી વાતને જો એ લોકોએ સિરિયલી લીધી હશે તો રેડિયો ઇન્સ્ત્રુમેન્ટ કોઈ પણ સંજોગોમાં સાથે લઈ જશે પણ જો એમ નહી કરે તો એ લોકો તો મુશ્કેલીમાં મુકાશે પણ આપણને એ લોકોની કોઈ માહિતી નહી મળે અને આપણું કામ વધુ અઘરું થઈ જશે."

બેનરજી એક્સપોર્ટ એન્ડ ઈમ્પોર્ટ કંપનીનો કોઈ એક્સપોર્ટ કે ઇમ્પોર્ટનો બિઝનેસ નહોતો પણ એક ગવર્નમેન્ટની ઇન્વેસ્ટિગેટીંગ એજન્સી હતી. બેનરજી સાહેબ તેના ચીફ ઓફ સ્ટાફ હતા. જુગલકિશોર, રોનક, રોમા અને મનોજ તેના ઇન્વેસ્ટિગેટિંગ એજન્ટ હતા. કંપની ગવર્નમેન્ટનાં સહયોગથી જાસૂસીનું કાર્ય કરતી હતી અને કેસ સોલ્વ કરતી હતી. આ

વાત બેનરજી સાહેબ, તેનો સ્ટાફ અને બધીજ ગવર્નમેન્ટ ઓફિસો જાણતી હતી અને ખાનગી રીતે એક બીજાના સંપર્કમાં રહીને કામ કરતા હતા. બેનરજી સાહેબે હજી સુધી કોઈ ગવર્નમેન્ટ બોડી સાથે વાત કરી નહોતી, આગળ ઉપર શું થાય છે એ ઉપર વાતચીતનો બધો આધાર હતો.

5.

પ્લાનિંગ માટેની બેનરજી સાહેબની મિટિંગ

“જુગલ આ લોકો સાથેની મિટિંગથી એટલું તો જાણી શકાયું કે કોઈ વિદેશી માફિયા અહીંનાં સપોર્ટથી કોઈ મોટી સાઝિજ કે ષડયંત્ર રચી રહ્યું છે. કોઈ વિદેશી માફિયા કિંગ પણ આ ષડયંત્ર સામેલ હોય તેવી શક્યતા મને લાગે છે. આ લોકો ફ્રી ટુરનાં લાભથી બહુજ ઈમ્પ્રેસ છે. કોઈ ઝાઝી માહિતી ન હોવા છતાં ટુરમાં જવા તૈયાર થઈ ગયા છે એટલે તે લોકો ઉપર આધાર રાખવો નકામો છે. મને લાગે છે ત્યા સુધી એ લોકોને જ કોઈ માહિતી નહી મળે તો આપણને આપશે ક્યાંથી. આપણે આપણું પ્લાનિંગ વિચારીએ તમે તમારો મત અને તર્ક કહો અને તે પ્રમાણે આપણે આગળનું પ્લાનિંગ વિચારવું અને કરવું પડશે.”

“બીજું મારા મતે એવું લાગે છે કે પ્રતિષ્ઠિત ટુર ઓપરેટરનું નામ આપી આ લોકોને ગેરમાર્ગે દોરવામાં આવ્યા હોય કારણ કે આ લોકોએ કોઈ જાતની ટુર માટેની કે ટુર ઓપરેટર માટેની તપાસ કરી જ નથી એટલે ષડયંત્રકારે ફક્ત પ્રતિષ્ઠિત ટુરનાં નામનો ઉપયોગ કર્યો હોય હકીકતમાં તેવો કોઈ ટુર પ્રોગ્રામ થતો જ નહોય. જેણે પણ પ્લાનિંગ કર્યું છે એ ફૂલપ્રુફ છે. બધી જ બાબતોને વિચારીને કર્યું છે.

તેમજ આ લોકોને ટુરમાં જોડાવાની વાત કરી છે ટિકિટ કે બીજી કોઈ જાતની માહિતી આપી નથી કે આ લોકોએ માંગી નથી એ જ બતાવે છે કે ષડયંત્રકારે બધુંજ સમજી વિચારીને પ્લાન કર્યું છે. એવું પણ બની શકે કે ષડયંત્રકારે આ ટુરિસ્ટો વિશેની બધી માહિતી મેળવીને પછી જ આ ટુરમાં સામેલ થવા માટે આમંત્રણ આપ્યું હોય. કારણ કે આ બધાંજ માલેતુજાર લોકો છે. પોતાની પ્રતિષ્ઠાને બચાવવા માટે ગમે તે ભોગ આપવા તૈયાર થઈ જાય."

"જુગલ, તારું શું મંતવ્ય છે?"

"ચીફ, લાંબા સમયનું પ્લાનિંગ કરવું પડશે. જે કોઈ વ્યક્તિ આ ષડયંત્ર રચી રહી છે તેને જે લોકોને પસંદ કર્યા છે એ બધાંજ માલેતુજાર છે, બુદ્ધિજીવી છે, ડોક્ટર છે, પ્રતિષ્ઠિત બિઝનેસમેન છે, એટલે આ લોકોને ફ્રી ટુરની લાલચ આપીને ફસાવવાની યોજના હોય એમ લાગે છે. તેની યોજના સફળ પણ થઈ રહી છે એટલે આપણા માટે કામ તો અઘરું છે પણ અંત સુધી નાટક ચાલવા દઈને મુખ્ય સૂત્રધાર કે ષડયંત્રકારને પકડવો જરૂરી છે. વળી વિદેશી હોવા છતાં હિન્દ મહાસાગરનો દરિયો પસંદ કર્યો છે એટલે આપણા દેશનો કોઈ માફિયા કિંગ કે બોસ પણ આ ષડયંત્રમાં સામેલ હોય એવી શક્યતા પણ છે. જો, આવું કઈ હશે તો આપણે બે મોરચે લડવાનું થશે. મને એજ નથી સમજાતું કે આવી

પ્રતિષ્ઠિત વ્યક્તિઓ કોઈની વાતમાં સરળતાથી કેવી રીતે આવી જાય કે પછી એ લોકો કોઈના દબાણ હેઠળ હશે."

બેનરજી સાહેબે વારા ફરતી બધાં સામે જોયું. બધાં જુગલકિશોરની વાત સાથે સહમત હોય એવું લાગ્યું.મને લાગે છે તમે લોકો પણ જુગલની વાત સાથે સહમત છો. તો પછી આગળનું પ્લાનિંગ માટેનો મત કે મંતવ્ય આપશો.

"રોનક, તારું શું કહેવું છે?"

"ચીફ, મને લાગે છે કે આ ફ્રી આમંત્રિત ટુરિસ્ટ આપણાથી કોઈક વાત છુપાવતા હોય એવું લાગે છે. કારણ કે બધાંજ એક સાથે એક જ વાત પર સહમત થાય એ શક્ય લાગતું નથી. મને પણ જુગલની વાતમાં તથ્ય લાગે છે. બધાંજ ઉપર એક સરખું કોઈક ગુપ્ત વાતનું કે બ્લેક મેઇલિંગનું પ્રેસર હોય અને તેમાંથી જ કોઈકે હિંમત કરી આપણને જુગલ મારફત જાણ કરી હોય એવું હોય એવું મને લાગે છે, કારણ કે તે લોકોને પણ જાનના જોખમની શંકા હોય કે એવું લાગતું હોય. મને લાગે છે એક વાર ફરીથી શ્રીજી કેશોપમાં મહમદને મળવાનો પ્રયત્ન કરું, કંઈક માહિતી હાથ લાગે તો. કકુમલ તમારી પાસે ખોટું પણ બોલ્યો હોય એમ કારણ વગર કોઈને કોઈ કાઢે નહી. તમારાથી છુટકારો મેળવવા માટે આવી વાત કરી હોય."

"રોનક તારો તર્ક પણ વિચારવા જેવો છે. તું વેશ પલટો કરી શ્રીજી કેકશોપની મુલાકાત લે." અને "રોમા તું ડોક્ટર રામનાથન ઉપર નજર રાખ, જરૂર પડે દર્દી બનીને હોસ્પિટલની મુલાકાત કરજે." "મનોજ આ બધાંના ફોન અન્ડર ઓઝર્વેશન અને સર્વેલન્સમાં મૂકી દે. આપણે કાલે મળીએ છીએ." "ચાલ મનોજ આપણે સુપર ઓર્થોરિટી સાથે ચર્ચા કરી લઈએ. હવે મને લાગે છે કે આ બાબતમાં આપણે જુદી જુદી ઓર્થોરીટીની મદદ લેવી પડશે. એ પહેલાં એ લોકોને પ્રાથમિક માહિતીથી અવગત કરી દઈએ."

રોનક શ્રીજી કેકશોપમાં પહોંચ્યો તો મહમદ અને કકુમલ કેક બનાવવામાં વ્યસ્ત હતા. તેનો અર્થ એ થયો કે કકુમલ બેનરજી સાહેબ પાસે જુઠ્ઠું બોલ્યો હતો કે મહમદને નોકરી માંથી કાઢી મુક્યો છે. રોનકે વિચાર્યું કે હવે મહમદ સાથે જાહેર થઈને વાત કરવી કે પીછો કરી તેનું રહેઠાણ અને ગતિવિધિ ઉપર ધ્યાન રાખવું. બીજો રસ્તો બરોબર છે એમ માની રોનકે મહમદનો પીછો કરી તેના ઘરે પાછળ પાછળ પહોંચી ગયો. થોડીવાર પછી અચાનક મહમદનાં ઘરનો દરવાજો ખટખટાવ્યો.મહમદે બારણું ખોલ્યું કે તુર્તજ રોનકે કહ્યું.....

"કેમ છે મહમદ?" મહમદ રોનકને અચાનક પોતાનાં ઘરે આવેલો જોઈને ગભરાય ગયો. "સાહેબ મેં આપને કહ્યું એથી વિશેષ મને કોઈ વાતની ખબર નથી. તમે માનો છો એવું કઈ

નથી. ખરેખર હું કઈ જાણતો નથી. હું તો આમાં નકામો ફસાય ગયો હોવ એવું લાગે મને લાગે છે."

"મને ખબર છે કે તું ચિઠ્ઠી આપનાર વિષે કઈ જાણતો નથી પણ તું એ ચિઠ્ઠી આપનારનાં હુલિયાનું વર્ણન તો કરી શકીશને બસ મને એટલું બતાવી દે બાકી મારે તારું કોઈ કામ નથી. તું ચિંતા ન કરતો તારું નામ ક્યાય નહી આવે કે તારા શેઠને કઈ ખબર નહી પડશે."

મહમદે જે વર્ણન કર્યું એ વર્ણન તો ડોક્ટર રામનાથનને મળતું આવતું હતું એનો અર્થ એ થયો કે ડો. રામનાથન કોઈક એવા દબાણ હેઠળ છે કે તેની પોતાની ઓળખ છતી થવા દેવા માંગતા નથી. તેમ છતાં તેના પર આવનારા જોખમની જાણ અન્ય રીતે કરી દીધી છે. કદાચ તે લોકોનું જ પ્લેન હાઈજેક થવાની કોઈ આછી પાતળી શંકા રામનાથનને હોય. રોનક વિચારમાં પડ્યો કે ડોક્ટર રામનાથને હિમત કરી એમ બીજા ટુરિસ્ટો કેમ આગળ ન આવ્યા? શું કારણ હોઈ શકે? શું એ લોકો વધારે દબાણ હેઠળ હશે? કે પછી આ આવનારા જોખમ વિષે કઈ વિચાર્યું જ નહી હોય?

રોમાનો પણ એવો જ રિપોર્ટ હતો કે ડોક્ટર સાહેબ ખૂબ જ ચિંતામાં રહે છે. માલ મિલ્કતની ખાનગી રીતે વ્યવસ્થા પણ કરવા લાગ્યા છે. કોઈની સાથે બહુ વાત નથી કરતા. હોસ્પીટલના કામમાં પણ હમણાં હમણાંથી બહુ રસ નથી

લેતા, માનોને ડોકટરીનો બિઝનેસને બંધ કરવાના હોય. મિત્રમંડળમાં પણ જવાનું ઓછું કરી નાખ્યું છે. આ બધાં રિપોર્ટ્સ ચિંતાજનક હતા.

બેનરજી સાહેબે રોનક અને રોમાનાં રિપોર્ટ પછી પ્લેનને હાઈ જેક થવા દઈને ષડયંત્રની જડ સુધી પહોંચવાનું નક્કી કર્યું. જેથી હાઈજેકરનો આખરી ઈરાદો શું છે એ જાણી શકાય.

6.

ટુરિસ્ટને અજાણ્યા વ્યક્તિ તરફથી સંદેશો

ડોક્ટર રામનાથનનાં મોબ.માં રિંગ વાગી. અજાણ્યો નંબર હોવાથી ડોક્ટર રામનાથને ફોન રિસીવ ન કર્યો. ફરી રિંગ વાગી, હવે ડો. રામનાથનને થયું કે કદાચ કોઈ પેશન્ટનો ફોન પણ હોય શકે તેમ વિચારી ફોન રિસીવ કર્યો. "હલ્લો કોણ બોલે છે?"

"ડોક્ટર રામનાથન તૈયારી થઈ ગઈ છે ને? આપણે નીકળવાનો પ્રોગ્રામ બની ગયો છે. તમને જણાવું છું પણ એ પહેલાં મને એ કહો કે તમે તમારી ટુરની વાત તો કોઈને નથી કરી ને? મેં તમને સૂચના આપી હતી એ યાદ છે ને? આ મારે તમને એટલે કહેવું પડે છે કે આપણું મિશન એક સિક્રેટ મિશન છે અને તેમાં તમારી જેવા સુજ્ઞ મહાશયને જ લઈ જવાના છે. તમારી ઉપર ઘણા લોકોની નજર છે પણ અમે તે લોકો કોઈ એક્શન લે તે પહેલાં તમારા માટે ટુરનું પ્લાનિંગ કરી નાખ્યું છે. અમારે આ મિશનને ખાનગી રાખી તમને ટુર પર બહુ સાવચેતીથી અને અમારા હરીફોને ખબર પડે તે પહેલાં ટુર સ્ટાર્ટ કરી દેવાની છે. તમને મારી વાત સમજાય છે ને? ન સમજાય ત્યાં મને જ પૂછજો બીજા કોઈ સાથે કઈ ચર્ચા ન કરતા. વધારે ચર્ચાથી વાત બગડી જાય."

"તમે કોણ છો? તમારી ઓળખાણ આપો એટલે અમને ખબર પડે કે આ ફ્રી ટુરનો લાભ આપનાર મહાનુભાવ કોણ છે.મારે ટુર બાબતે કોઈ સાથે વાત નથી થઈ પણ મને તમારા વિષે જણાવો તો ખરા, હું એ વાત પણ કોઈને નહિ કહું. આપણે જો સાથે જ કામ કરવાનું હોય તો તમારી ઓળખાણ મને આપવા માં તમને વાંધો શું છે? તેમજ મને કહો છો કે મારે કોઈ વાત પૂછવી હોય તો તમને જ પૂછવાની, તો તમારો મોબ. નંબર આપો એટલે મારી બધી શંકાનું સમાધાન થઈ જાય."

"ડોક્ટર રામનાથન તમે કોઈને વાત નથી કરી, આભાર. હવે પછી પણ કોઈને આ વાત ન કરતા.બીજું તમે ચિંતા કરોમાં અને તમારે હું કોણ છું તેની સાથે કોઈ લેવા દેવા નથી અને એ જાણવું તમારે જરૂરી પણ નથી. અમે બહુ પ્રતિષ્ઠિત ટુર આયોજક છીએ. તમને કોઈ તકલીફ નહીં પડે.તમારી સાથે જોડાનાર મિત્રો સાથે પણ મેં વાત કરી લીધી છે. એ લોકો પણ મારી વાત સાથે સહમત છે. તેમજ તમારે મને ફોન નહી કરવાનો હું તમને ફોન કરું ત્યારે તમારે જે જાણવું હોય એ મને પૂછી લેવાનું." રામનાથન આગળ કઈ પૂછે તે પહેલા ફોન કપાય ગયો.

ડો. રામનાથનને સમજાય ગયું કે બેનરજી સાહેબ સાથેની ગુપ્ત મિટિંગ હતી એ ગુપ્ત રહી છે, કોઈને ખબર નથી પડી.

ડોક્ટર રામનાથન હજી પણ દ્વિધામાં હતા કે બેનરજી સાહેબને આ ફોન વિષે વાત કરવી કે નહી.

ડોક્ટર રામનાથન પર ફરી અજાણ્યા નંબર પરથી ફોન આવ્યો અને કહ્યું, ડોક્ટર રામનાથન સાંભળો, આપણી ટુર ત્રણ દિવસ પછી શરૂ થશે. આપણું હેપી એરલાઈન્સનું ચાર્ટર પ્લેન મુંબઇ ઇન્ટરનેશનલ એરપોર્ટ ઉપરથી સાંજે છ વાગે ઉપડશે અને જે ટાપુ ઉપર જવાનું છે ત્યાં રાત્રે લગભગ અગિયાર વાગ્યાની આસપાસ પહોંચશે. તમારે સામાનમાં ફક્ત તમારી જરૂરિયાતની વસ્તુઓ સાથે લેવાની છે. તમારો ફોન પણ સાથે લેવાનો નથી કારણ કે તમારા ફેમિલી સાથે વાતચીત કરાવવાની અમે પૂરતી વ્યવસ્થા કરી રાખી છે. તમને લેવા અમારો માણસ આવશે. કારમાં તમારે એકલા એ જ આવવાનું છે. તમારો પાસપોર્ટ અમારી પાસે છે એટલે અન્ય બીજી જરૂરી કાર્યવાહી અમે પૂરી કરી દઈશું, તો એ બાબત ચિંતા ન કરશો. તમે એરપોર્ટ ઉપર ભેગા થઈ જાવ પછી પણ અંદરોઅંદર કોઈ ચર્ચા કરવાની નથી. બાકીની સૂચના વખતોવખત આપવામાં આવશે."

ડોક્ટર રામનાથન વિચારમાં પડી ગયા કે કોઈ મુશ્કેલી ઉભી ન થાય તો સારું ટુર આયોજક જે રીતે વાત કરે છે તે પ્રમાણે તો કોઈ શંકાનું કારણ નથી છતાં પણ ફ્રી ટુરનાં મોહમાં પાસપોર્ટ આપીને બહુ મોટી ભૂલ થઈ લાગે છે. વળી કઈ વ્યક્તિ ટુરનું આયોજન કરે છે એજ ખબર પડતી નથી.

પૂછવા છતાં એ વ્યક્તિ કોઈ બીજી વાત કરતી નથી. મેં જે તીર માર્યું છે એ જો નિશાના ઉપર લાગ્યું હશે તો કોઈ ચિંતાની વાત નથી. પણ, બેનરજી સાહેબ સુધી ચિઠ્ઠીની વાત પહોંચી હશે? મિટિંગમાં પણ સાહેબે આ વાતનો ઉલ્લેખ કર્યો નથી.આમ ડો. રામનાથન વિચારતા હતા ત્યાં બેનરજી સાહેબનો ફોન આવ્યો. બેનરજી સાહેબે અજાણ્યા માણસની ડો. રામનાથન સાથે થયેલી વાતચીત સાંભળી હતી.

"ડોક્ટર સાહેબ શું ચાલે છે? ક્યારે ટુર ઉપર જવા નીકળો છો?"

ડો. રામનાથનને બેનરજી સાહેબનાં ફોનથી નવાઈ તો લાગી પણ મનમાં શાંતિ પણ થઈ. ડોકટરે અજાણ્યા માણસ સાથેની બધી નહીં પણ થોડીક વાત કરી અને કહ્યું, "સાહેબ તમે આપેલ રેડોયો ઇન્સ્ટ્રુમેન્ટ સાથે નહીં લઈ શકાય અમને અમારો મોબાઈલ ફોન પણ સાથે લઈ જવાની ના પાડી છે. સાહેબ અત્યારે તો મને કોઈ શંકા ઉપજાવે એવી વાત બની નથી પણ મનમાં એક છૂપો ભય તો લાગે છે."

"ડોક્ટર સાહેબ રેડિયો ઇન્સ્ટ્રુમેન્ટ તો ટચૂકડું સાધન છે.તેમાં એવી વ્યવસ્થા છે કે જ્યાં સુધી તમે લાલ ટપકા ઉપર આંગળી ન રાખો ત્યાં સુધી એ એક્ટિવેટ થતું નથી એટલે તમે જો કપડાંમાં સંતાડી રાખશો તો કોઈને ખબર પણ નહીં પડે. તમારે એ ઇન્સ્ટ્રુમેન્ટ સાથે લઈ જવું જરૂરી છે. મારા

બિઝનેસ માટે અને તમારા ભલા માટે તમારે એ ઇન્સ્ત્રુમેન્ટ લઈ જવું જરૂરી છે. મારી વાત અત્યારે તમને નહીં સમજાય પણ પછી ઇન્સ્ટ્રુમેન્ટ કામમાં પણ આવશે અને મારી વાત પણ સમજાય જશે. તમે કોઈ જાતની ચિંતા ન કરતા. તમારું તીર બરોબર નિશાન ઉપર વાગ્યું છે.તમારી સાથેનાં ટુરિસ્ટને પણ આ વાત કરી સમજાવી દેજો. શક્ય હોય ત્યાં સુધી સંપર્ક રહેજો"

ડો. રામનાથનને બેનરજી સાહેબની વાત ન સમજાણી પણ રેડિયો ઇન્સ્ટ્રુમેન્ટ છુપાવીને લઈ જવા તૈયાર થયા એમ વિચારીને પકડાય જશે તો ફેંકી દઈશું આપણે ક્યાં ખરીદ્યું છે.છતાં બેનરજી સાહેબ સાથે લઈ જવાનો આગ્રહ રાખે છે તો તેની પાછળ કંઈક તો કારણ હશે. શક્ય એટલા પ્રયત્ન સાથે લઈ જવાના કરીશ અને બીજાને પણ આ વાત સમજાવીશ.

બીજું સાહેબે કહ્યું કે તમારું તીર નિશાના પર લાગ્યું છે એટલે સમજાતું નથી કે બેનરજી સાહેબ કઈ બાબત તરફ ઈશારો કરતા હતા. જો મેં કેકમાં મુકેલ ચિઠ્ઠી તરફ ઈશારો કરતા હોય તો પછી અમારી સાથેની મિટિંગમાં આ બાબતે કેમ કઈ ન પૂછ્યું? શું! બેનરજી સાહેબ બીજું કઈ કહેવા માંગતા હોય અને પછી ન કહ્યું હોય. જો એવું જ હોય તો મારું ચિઠ્ઠી વાળું મિશન નિષ્ફળ ગયું છે. પણ હવે જયારે જવાનું પ્લાનિંગ કરી જ નાખ્યું છે તો પછી આગળ

વિચારવાનો શું અર્થ છે. અત્યારે પરિસ્થિતિ પણ ક્યાં હાથમાં રહી છે.

7.

પ્લેન હાઈજેકિંગ

વીસે વીસ ટુરિસ્ટને જુદી જુદી કારમાં એરપોર્ટ ઉપર લઈ જવામાં આવ્યા પણ પ્લેનમાં ન બેસે ત્યાં સુધી દરેકને એક બીજાથી અલગ રાખવામાં આવ્યા હતા જેથી કોઈ ચર્ચા ન થાય અને ચાર્ટર પ્લેન હતું એટલે ટુર એરેન્જ કરનારે બધી વિધિ પતાવી દીધી હતી. બધાંજ ટુરિસ્ટો ટુર એન્જોય કરવાના મૂડમાં આવી ગયા હતા એટલે એરપોર્ટ ઉપર પણ ટુર એરેન્જર કોણ છે? કે બીજી કોઈ વિગતમાં ઉતાર્યા જ નહિ અને સુચનાનો અમલ કરતા રહ્યા એટલે તો ટુર ઓપરેટરની સૂચનાથી બેનરજી સાહેબ દ્વારા આપવામાં આવેલ અને સાથે લઈ જવાની તાકીદ કરી હોવા છતાં રેડિયો ઇન્સ્ત્રુમેન્ટ પણ સાથે લીધું નહોતું. એરપોર્ટ પર જ છોડી દીધું હતું.

એક માણસે આવીને બધાને ચાર્ટર પ્લેન સુધી લઈ જતી બસમાં બેસાડી પ્લેન સુધી પહોંચાડી દીધા. બધાંને વ્યવસ્થિત રીતે પ્લેનમાં બેસાડી દેવામાં આવ્યા. પ્લેન ઉડવા માટેની પરમિશન માટે રાહ જોતું ઉભું હતું. પ્લેનમાં પણ એક માણસે બધાંને અંદરોઅંદર વાત નહી કરવાની તાકીદ કરી હતી એટલે બધાંજ ચુપચાપ બેઠા હતા.પ્લેન ટેકઓફ કરે તેની રાહ જોતા હતા.

હેપી એરલાઈન્સનું ચાર્ટર પ્લેન પરમિશન મળતા ઉડી ચૂક્યું હતું. પરંતુ આ બાજુ મુંબઇ ઇન્ટરનેશનલ એરપોર્ટ ઉપર એકાએક ધમાલ બોલી ગઈ હતી. જે ક્રુ મેમ્બરો હેપી એર લાઈન્સનાં ચાર્ટર પ્લેનમાં જવાના હતા એ ટોઇલેટમાં બંધક બનીને પડ્યા હતા. તેની જગ્યાએ બીજા લોકો જ પ્લેન લઈને ઉડી ગયા હતા. પ્લેનનો સંપર્ક કરવા માટે સઘળા પ્રયત્ન કરવા છતાં પણ કોઈ જવાબ મળતો ન હતો. પ્લેન હાઈજેક થવાની આશંકાથી બધાં જ ટેન્શનમાં આવી ગયા હતા.

એરપોર્ટ પર બંધક બનાવી દીધેલા મેમ્બરોને પૂછતા એ લોકોને પણ ખબર નહોતી કે તે લોકો કેવી રીતે બંધક બની ગયા. કેન્ટીનમાંથી કોફી પીને આવ્યા પછી અચાનક બધાં ઘેનમાં સારી પડ્યા અને જાગ્યા ત્યારે બંધકની સ્થિતિમાં હતા.

“તમામ પેસેન્જર્સને જણાવવાનું કે આપણું પ્લેન અજાણ્યા ટાપુ માટે ઉડી ચૂક્યું છે. આપની સફર આનંદદાયક રહે પણ અમને જણાવતા ખેદ થાય છે કે આ પ્લેનનું અમારા દ્વારા અપહરણ કરવામાં આવ્યું છે. તમને સૂચના આપવામાં આવે છે કે કોઈપણ જાતની મુશ્કેલી ઉભી કરવાનો પ્રત્યન ન કરતા કારણ વગરનું તમારા જીવનું જોખમ થશે. હવે તમારે અમારા આદેશનું પાલન કરવાનું છે એ વાતને ધ્યાનમાં રાખજો.”

બધાંજ ટુરિસ્ટ નિશબ્દ થઈ ગયા. ચિંતાથી બેબાકળા થઈ ગયા. "કોણે પ્લેનનું અપહરણ કર્યું છે? શા માટે કર્યું છે? તમે લોકો કોણ છો? હેપી એરલાઈન્સના કર્મચારી ક્યાં ગયા?" ટુરિસ્ટોએ એક સાથે આટલા બધાં સવાલો પૂછી નાખ્યા. તો જવાબ મળ્યો કે...

"તમારા એક પણ સવાલનો જવાબ આપવામાં નહીં આવે. હેપી એરલાઇન્સનાં કર્મચારી મુંબઇ રહી ગયા છે. અમે અમારા બોસનાં કહેવાથી તમારા પ્લેનનું અપહરણ કર્યું છે."

"બીજું તમને જણાવી દઈએ કે કોઈએ ફ્રી ટુરનું આયોજન કર્યું નથી. આ તો તમને ટ્રેપમાં લેવાની અમારા બોસની એક ચાલ હતી. એક વાત સાચી છે કે હેપી એરલાઈન્સનું પ્લેન અમે જ ચાર્ટર બુક કર્યું છે. તમને લઈ જવાની વ્યવસ્થા તો કરવી પડેને? અને જો તમે અમને સાથ અને સહકાર આપશો તો અમે તમને કોઈ જાતનું નુકશાન નહી પહોંચાડી એ. અહીયા અમારા સિવાય તમારું સાંભળનાર કોઈ નથી. તમે લોકો અમારા હવાલે છો એટલું યાદ રાખજો."

"કોણ છે તમારો બોસ? અમારે તેની સાથે વાત કરવી છે.પ્લેનને મુંબઇ પાછું વાળી લ્યો. અમારે કોઈ ટુર-બુરમાં જોડાવું નથી." એક સાથે બધાંજ ટુરિસ્ટોએ કહ્યું પણ જવાબ મળ્યો.

“ના, એ શક્ય નથી. તમે બધાં શાંતિ રાખીને બેસી રહો..બોસ હમણાં જ તમારી સાથે વાત કરશે. તેમજ આથી વિષે અમારી પાસે કોઈ માહિતી નથી.”

મુંબઇ ઈન્ટરનેશનલ એરપોર્ટ ઉપર અતડાતફડી મચી ગઇ હતી. બેનરજી સાહેબ, એસ. પી. સાહેબ અને ચીફ એર ટાવર કોન્ટ્રોલરને હેપી એર લાઇન્સનાં ચાર્ટર પ્લેનનાં અપહરણની જાણ કરવામાં આવી. પ્લેનને કોન્ટેક્ટ કરવા માટે પ્રયત્ન શરૂ થઈ ગયા. પ્લેન ચેનાઈ એર ફિલ્ડમાંથી પસાર થઈ આંદામાન નિકોબાર ટાપુ તરફ જતું હતું એવા સમાચાર મળ્યા પણ પછી આગળ કોઈ માહિતી મળતી નહોતી. પોર્ટ બ્લેર એર પોર્ટને પણ કોઈ કોન્ટેક્ટ કે માહિતી નહોતી. તો પ્લેન હાઈ જેક થઈને ગયું ક્યાં? એ સવાલ વારંવાર ઉભો થતો હતો પણ ક્યાંયથી જવાબ મળતો નહોતો. એક સવાલ એ પણ હતો કે પ્લેન વચ્ચે આવતા જુદા જુદા એર ટ્રાફિક કન્ટ્રોલની પરમિશન લઈને આગળ ગયું હશે? કે પછી બીજો જ કોઈ એર રુટ લીધો હશે?કે પછી દરેક એર ટ્રાફિક કંટ્રોલને અવગણીને આગળ ગયું હશે. પ્લેન એર ટ્રાફિક કંટ્રોલના રડારમાં કેમ દેખાયું નહિ હોય? આ સવાલનો જવાબ શોધવામાં બધાં પડી ગયા હતા. બધાંજ પોતપોતાની ભૂલો અને ઉકેલ શોધવામાં પડી ગયા.એરપોર્ટ પર કચરા ટોપલીમાં રેડિયો ઇન્સ્ત્રુમેન્ટ જોઈને બેનરજી સાહેબ

અપહરણ કરતાની ચાલબાજી સમજી ગયા અને નિરાશ થઈ ગયા.

બધાંજ ટુરિસ્ટો ચિંતા અને દ્વિધામાં હતા ત્યાં સ્પીકરમાંથી અવાજ આવ્યો."તમારા બધાનું ચાર્ટર પ્લેનમાં હાર્દિક સ્વાગત છે. આપને કોઈ જાતની તકલીફ ન પડે તેનું ધ્યાન રાખવામાં આવશે. અને હું તમને ખાતરી આપુ છું કે તમને કોઈપણ જાતની તકલીફ નહીં પાડવા દઉં. આપણે ઘણો સમય સાથે રહેવાનું છે.આ માટે હું તમારા સહકારની આશા રાખું છું. જે તમે આપશો જ. બાકી પરિસ્થિતિ વિષે તમે વિચારી શકો છો."

"તમે કોણ છો? તમે અમારી સાથે છેતરપિંડી કરી છે. ફ્રી ટુરની લાલચ અને અવિકસિત ટાપુને વિકસિત કરવાની વાત કરી અમારું અપહરણ કર્યું છે. તે અમારી સાથે બનાવટ કરી છે. અમે તારી મીઠી મીઠી વાતમાં આવી ગયા એજ અમારી મોટી ભૂલ છે. હવે અમને મુંબઈ પાછા લઈ જાવ. અમારે ટુરમાં નથી જોડાવું."

"તો મેં ખોટું શું કર્યું? મેં તમને ઓફર આપી હતી કોઈ જાતનું દબાણ નહોતું કર્યું. તમે લોકો શિક્ષિત થઈને ન સમજી શક્યા તો અમે તો અંધારી આલમનાં માણસો છીએ. હવે અફસોસ કરવાનો કોઈ અર્થ નથી. હું કહું તેમજ તમારે કરવાનું રહેશે. હવે આપણે ટાપુ ઉપર મળીશું એ પણ મારા

સમયે. ત્યાં સુધી તમે ટાપુ ઉપર ખાઈ પી ને લહેર કરજો. મારા માણસોને સહકાર આપજો એ તમારા હિતમાં છે.ચાલો અવાજો."

બધાં ટુરિસ્ટ હતપ્રદ થઈને બેસી ગયા.કોઈને મોબાઈલ ફોન પણ સાથે લેવા દીધો નહોતો એટલે કોઈને જાણ પણ કરે તો કેવી રીતે કરે. ડોક્ટર રામનાથન સૌથી વધારે દુઃખી હતા એ વિચારે કે મને મિત્ર દ્વારા સચેત કરવામાં આવ્યો હતો છતાં હું તો ફસાણો ને સાથે બીજા ટુરિસ્ટ પણ ફસાયા. અત્યારે મારી પરિસ્થિતિ એવી છે કે હું કહી પણ નહી શકું કે મને સચેત કરવામાં આવ્યો હતો. બેનરજી સાહેબની વાત સાચી હતી. રેડિયો ઇન્સ્ટ્રુમેન્ટ ગમે તેમ કરી લઈ લીધું હોત તો આજે કામ લાગત. પ્લેન હાઈ જેકિંગનો સંદેશો તો આપી શકત. બેનરજી સાહેબે અમારી સુરક્ષા માટે તો રેડિયો ઇન્સ્ટ્રુમેન્ટ આપ્યું હતું અને સાથે રાખવાની તાકીદ પણ કરી હતી,જે અમે સમજી ન શક્યા, તેની સૂચનાને અવગણી તેનુ જ આ પરિણામ છે. હવે અફસોસ કરવાનો કોઈ અર્થ નથી. હવે પરિસ્થિતિ સંપૂર્ણ પણે હાથમાંથી નીકળી ચૂકી છે.

૪.
અજ્ઞાત વ્યક્તિનો મેસેજ

બેનરજી સાહેબે પોતાની ઓફિસમાં એરકંટ્રોલ ઓર્થોરિટી, એસ.પી. સાહેબ, જુગલકિશોર, રોનક અને મનોજ સાથે મિટિંગ યોજી બધાંને પોતાની વિચારી રાખેલી યોજના વિષે કહેવા કહ્યું. અને બધાંને પોતાની યોજના માટે આગળ શું કરી શકાય એ વિષે પણ મત આપવા કહ્યું. બેનરજી સાહેબે કહ્યું, કે "પ્લેન હાઈજેક થયાને ઘણા કલાક વિતી ગયા છે પણ હજી આપણી પાસે કોઈ જ માહિતી નથી એટલે એક્શન પણ ઝડપી લેવા પડશે. આ ટુરિસ્ટોની જિંદગીનો સવાલ છે. પ્લેન એર સ્પેસમાં પણ ન દેખાયું કે પછી આપણું એ બાબત તરફ ધ્યાન ન ગયું. એવું જ કંઈક બન્યું છે. જે ગંભીર બાબત છે. ક્યાં લેવેલે ભૂલ થઈ એ શોધવા રહીશું તો ટુરિસ્ટો સુધી પહોચવું અઘરું થઈ જશે."

"ચીફ રોમા ક્યાં? આવી અગત્યની મિટિંગમાં એ ગેરહાજર હોય એવું ન બને. ચીફ રોમાને કોઈ મિશન પર મોકલી છે? રોમા વગર મિટિંગ અધુરી અધુરી અને ફીકી લાગે છે. ખાસ કરીને મારા આ ગુરુને."

"રોમા આવી અગત્યની મિટિંગમાં ગેરહાજર ન જ હોય પણ મેં રોમાને એક જરૂરી મિશન ઉપર મોકલી છે. સમય

આવે એ પણ આ મિશનમાં જોડાઈ જશે.અત્યારે તો આપણે રોમા વગર જ આપણું પ્લાનિંગ કરવાનું છે. રોમા માટેનું પ્લાનિંગ મેં અલગથી વિચારી રાખ્યું છે."

"ચીફ, પ્લેનનું હાઈજેકીંગ થઈ ચૂક્યું છે. હવે તો પ્લેનનું લોકેશન શોધવું પડે અને ટુરિસ્ટને બચાવવા પડે નહીંતર બહુ જ મોટો અનર્થ થઈ જશે. મને એક વાત નથી સમજાતી કે મુંબઈથી પ્લેન ઉડયા પછી એ જુદા જુદા એરસ્પેસમાંથી કેવી રીતે પસાર થયું? શું એ માટે પણ કોઈ જાળ કે ષડયંત્ર રચવામાં આવ્યું હશે? આ બાબતે પણ આપણે વિચારીને એરઓર્થોરીટી સાથે વાત કરવી પડે એવું મારું માનવું છે. અપહરણકારે ક્યાંક વ્યવસ્થામાં રહેલા છીંડાનો તો ઉપયોગ નથી કર્યો ને? કારણ કે બનેલી ઘટના ગંભીર થતી જાય છે. અને આપણી પાસે કોઈ માહિતી નથી. અરે! એરરૂટમાં આવતી એરસ્પેસ એજન્સી પાસે પણ આ બાબતે કોઈ માહિતી નથી."

"જુગલ તારી વાત વિચારવા લાયક છે. પણ પ્લેન ક્યાં લેન્ડ થયુ છે એજ ખબર નથી તો ત્યાં પહોંચવું કેવી રીતે. કોઈ મેસેજ મળે તો પ્લાનિંગની દિશા નક્કી થાય. એસ. પી. સાહેબ, ચીફ એર ટ્રાફિક કંટ્રોલર સાહેબ આપ લોકોનો શું મત છે?"

“જુગલ તને જે સવાલો ઉભા થયા છે એ બાબતે પણ જે તે ઓર્થોરીટી સાથે વાત કરીને હકીકત જાણવી પડશે. ”આમ વાત ચાલતી હતી ત્યાં બેનરજી સાહેબના વોર રુમમાં કોઈ સંદેશો આવતો હોય એવો સંકેત મળ્યો. વોર રૂમમાં જઈને બેનરજી સાહેબે મેસેજ વાંચ્યો. સાહેબના ચહેરા ઉપર હળવું સ્મિત આવી ગયું. સંદેશામાં ફક્ત એટલું જ જણાવેલ હતું મકાઉ આઈલેન્ડ આંદામાન નિકોબાર દ્વિપસમૂહ.

બેનરજી સાહેબ ઉભા થઈને પોતાના ખાનગી રૂમમાં ગયા અને સંદેશો મોકલનાર સાથે વિગતથી વાત કરીને હકીકત જાણી લીધી. પણ આમ જોઈએ તો ખાસ કઈ જાણવા મળ્યું નહોતું ફક્ત અજાણ્યા લોકેશનનું નામ જ જાણવા મળ્યું હતું. બેનરજી સાહેબ માટે એટલી માહિતી પણ પુરતી હતી.

બેનરજી સાહેબે કહ્યું, “પ્લેનનું લોકેશન મળી ગયું છે. મકાઉ આઈલેન્ડ જે આંદામાન નિકોબરથી 25 નોટિકલ માઈલ દૂર સમુદ્રમાં, પૂર્વ દિશામાં આશરે 10 ચોરસ કિલોમીટરનો આઈલેન્ડ આવેલો છે ત્યાં હેપી એરલાઈન્સનું પ્લેન લેન્ડ થયેલું પડ્યું છે. આ આઈલેન્ડ ઉપર જવું દુર્ગમ છે. અજાણ્યો આઈલેન્ડ છે. તેના વિષે કોઈને વિશેષ માહિતી નથી એટલા માટે આપણે આંદામાન નિકોબારની આઈલેન્ડ નેવલ ઓર્થોરિટીની મદદ લેવી પડશે. માહિતી પ્રમાણે વરસોથી આ આઈલેન્ડ ઉપર તીર કામઠાવાળા જંગલીઓનું રાજ છે. એ લોકો કોઈને આઈલેન્ડ પર પહોચવા દેતા નથી.

દુરથી દેખાય એટલે તીરથી હુમલો કરીને મારી નાખે છે. ભુલાતાય જો કોઈ આઈલેન્ડ ઉપર જઈ ચડે તો તેનો પણ આવો જ અંજામ આવે છે. સાથે સાથે આ ગાઢ જંગલમાં જંગલી પ્રાણીઓ તેમજ ઝેરી સાપોનો વસવાટ છે અને એટલે જ ત્યાં હજી સુધી કોઈ જઈ શક્યું નથી. આ આઈલેન્ડને કિનારા જેવું કશું જ નથી. ચારેબાજુથી તૂટેલો અને કાદવ કીચડ વાળો કિનારો છે. પણ ત્યાં જવું હોય તો દરિયાઈ માર્ગે જ જવું પડે એટલે આપણે ત્યાં કેવી રીતે પહોચવું એ વિચારવું પડશે. જો આપણે હવાઈ માર્ગે જઈએ તો આપણી ગતિવિધિની જાણ દુશ્મનને થઈ જાય. એટલે એ રસ્તો તો આપણા માટે બંધ છે. એક જ વિકલ્પ, દરિયાઈ રસ્તાનો બચે છે."

"ચીફ, કોઈ વાંધો નહીં. આપણને હવાઈ જહાજનું લોકેશન મળી ગયું એટલે ત્યાં પહોંચી જઇશું. ચીફ, સવાલ એ છે કે આપણને ત્યાની બધી લોકલ ઓર્થોરીટી સાથ અને સહકાર આપશે? કારણ કે મેં સાંભળ્યું છે કે આજ સુધી આવા વિષમ આઈલેન્ડ વિષે કોઈએ તપાસ નથી કરી કે કોઈ માહિતી મેળવી નથી. જો આ આઈલેન્ડ વિષે ત્યાંની લોકલ ઓર્થોરીટીને કોઈને માહિતી હોત તો આપણને પ્લેનનું લોકેશન મેળવવામાં આટલી મુશ્કેલી ન પડત."

"જુગલ તારી વાત અને તર્ક બંને બરોબર છે એટલે આપણે અંદામાન નિકોબાર નેવલ ઓર્થોરીતિનો સહકાર લેવો

પડશે. તમારે સમુદ્ર માર્ગે જ આઈલેન્ડ ઉપર જવું પડશે. એ સિવાય મને અત્યારે તો બીજો કોઈ અન્ય વિકલ્પ દેખાતો નથી ”

“જુગલ, તું અને રોનક આઈલેન્ડ પર જવાની તૈયારી કરો. તમારા માટેની જરૂરી વ્યવસ્થા હું કરું છું. તમે પૂરી રીતે સજ્જ થઈને જજો. બને ત્યાં સુધી હથિયારનો ઉપયોગ ન કરતા. જંગલી માણસો છે હથિયાર વાપરશો તો વધારે ભૂરાયા થશે પણ આપણા દરેક જાસૂસીના સાધનો સાથે રાખજો. તમને બંનેને કહેવું પડે તેમ નથી પણ વિકટ પરિસ્થિતિમાં પણ વિવેક બુદ્ધિથી કામ લેજો. તમને સહકાર મળતો જશે.બાકીની પૂર્તિ હું કરતો રહીશ. મારા સંપર્કમાં રહેજો.

“ચીફ, આ મેસેજ કોણે મોકલ્યો હતો? અમે બધાં તો અહીં હાજર છીએ. શું એ મેસેજ રોમાનો હતો?” આટલું પૂછીને જુગલે બેનરજી સાહેબ સામે જોયું.

બેનરજી સાહેબ ખાલી હસ્યાં. જુગલ સમજી ગયો કે ચીફ અત્યારે વાતની ચોખવટ કરવા માંગતા નથી. જુગલે આગળ પૂછવાનું માંડી વળ્યું. કારણ કે એક નિયમ હતો કે ચીફ જે કઈ કેહેવાનું હોય એ કહી જ દે, બાકી વાતની ચર્ચા ન કરે.

બેનરજી સાહેબે કહ્યું, "ચાલો આપણે, આ બે જા-બાજ માટે મદદ માટેની તૈયારીમાં લાગી જઈએ. સાચી લડાઈ તો તેમણે લડવાની છે એ પણ અજાણ્યા પ્રદેશમાં.

બેનરજી સાહેબે આંદામાન નિકોબારની બધી જ ઓર્થોરિટીને જાણ કરી દીધી કે એક સ્પેશ્યલ મિશન ઉપર અમારા બે જા બાજ ઓફિસર આવે છે તેઓને તમામ પ્રકારનો સહકાર આપવામાં આવે આ ગવર્નમેન્ટ ઓર્થોરીતિનો આદેશ છે.

બેનરજી સાહેબે કહ્યું, "મારે પણ ઝડપથી કોઈક પ્લાનિંગ વિચારવું પડશે. જુગલ અને રોનકને મકાઉ આઈલેન્ડ પર મદદની જરૂર પડશે." એમ કહી બેનરજી સાહેબે જુગલકિશોર અને રોનકને હળવું સ્મિત આપ્યું જાણે કોઈ અજ્ઞાત મદદ તરફ ઈશારો કરતા હોય. જુગલ અને રોનક માટે ઉત્સાહ વધારવા માટે બેનરજી સાહેબનું સ્મિત પુરતું હતું.

૭.

અજાણ્યો ટાપુ - મકાઉ આઈલેન્ડ

જુગલકિશોર અને રોનક આંદામાનનાં પોર્ટબ્લેર પહોંચી ગયા. પોર્ટ ઓર્થોરિટીને અગાઉથી સૂચના આપવામાં આવી હતી એટલે જુગલકિશોરને જરા પણ તકલીફ ન પડી. તેમજ તેમની ઓળખ પણ છુપી રાખવાની હતી. કારણ કે મિશન અગત્યનું અને જોખમી હતું. જુગલ અને રોનકે પણ કોઈ જ બાબતની ચર્ચા ન કરી કારણ કે બંનેને ખબર હતી કે ચીફે બધુંજ પાકા પાયે કર્યું હશે. જ્યાં જ્યાં જરૂર પડશે ત્યાં ચીફ ચોક્કસ અમારો સંપર્ક કરશે.

જુગલકિશોર, રોનકે એક સ્ટીમલૉન્ચમાં પોતાનો જરૂરી સામાન અને દરિયામાં તરવા માટે સ્વિમિંગ સ્યુટ, થોડો ઘણો કોરો નાસ્તો અને ખાસ તો સૂરક્ષાનાં સાધનો સાથે લઈ લીધા. સ્ટીમલૉન્ચમાં થોડા જ માણસો હતા. નાની એવી હલેસાવાળી બોટ પણ સાથે રાખી હતી. આઈલેન્ડ ઉપર તો જુગલકિશોર અને રોનક બે જ જવાના હતા. સ્ટીમલોન્ચ આઈલેન્ડથી આશરે પાંચેક નોટિકલ માઈલ દૂર હોય ત્યારે જુગલકિશોર અને રોનક સ્ટીમ લોન્ચ છોડીને હોડીમાં આઈલેન્ડ ઉપર જવાની યોજના બનાવી હતી. જુગલે દુરબીનથી જોયું પણ ક્યાંય હજી આઈલેન્ડનું સ્થાન દેખાતું નહોતું. ચારે તરફ ગાઢ ધુમ્મસ છવાયેલું હતું. દરિયો એકદમ શાંત હતો. દુર દુર પણ

કોઈ હોડી, સ્ટીમલોન્ચ કે જહાજ પસાર થતું હોય એવું દેખાતું નહોતું. એટલે આ વિસ્તાર દરિયાઈ મુસાફરી કરવા માટે જોખમી હશે એ પુરવાર થતું હતું. તેમજ આ પ્રદેશ ઉપેક્ષિત રહેવાનું પણ આ જ કારણ હતું.

જુગલકિશોર કહ્યું, "આમજ આગળ વધવામાં જોખમ છે. ધુમ્મસમાં કાઈ જ દેખાતું નથી એટલે જો આપણે આઈલેન્ડ નજીક પહોંચી જઈએ અને આઈલેન્ડ પર રહેલ જંગલી લોકોને સ્ટીમલોન્ચનો અવાજ સંભળાય જાય તો એ લોકો સચેત થઈ જાય, કદાચ આપણી ઉપર હુમલો પણ કરી દે એટલે ધુમ્મસ હટી જાય અને આઈલેન્ડ દેખાય પછી જ અહીંથી આગળ વધવું હિતાવહ છે. માટે અત્યારે સ્ટીમલૉન્ચનું મશીન બંધ કરી શાંતિથી દરિયામાં પડ્યા રહીએ." બધાંએ જુગલકુશોરની વાતને અનુમોદન આપ્યું. અને એ સિવાય કોઈ છૂટકો પણ નહોતો અજાણ્યો વિસ્તાર અને વળી જોખમથી ભરેલો હતો. સાવચેતી રાખવી અતિ જરૂરી હતી. અને આઈલેન્ડ વિષે સાંભળેલી વાતો પણ મનમાં ભય ઉત્પન્ન કરે તેવી હતી. આ પણ સાંભળેલી વાતોજ હતી સાચી હકીકતની કોઈને કાઈ ખબર નહોતી.

ધુમ્મસ ધીમે ધીમે આછું થતું ગયું એમ દૂર દૂર સુધીનો એરિયા તાદ્રશ્ય થતો ગયો. દરિયાનાં આજુબાજુના એરિયામાં ક્યાંય કોઈ હિલચાલ દેખાતી નહોતી. એક વખત તો જુગલકિશોરને વિચાર આવી ગયો કે તેઓ સાચા રસ્તે તો

જઈ રહ્યા છીએ ને અને મકાઉ આઈલેન્ડની જે માહિતી આવી તે સાચી તો હશે ને? પણ અત્યારે તો વાતાવરણ ચોખ્ખું થાય તેની રાહ જોવા સિવાય અન્ય કોઈ વિકલ્પ નહોતો.

મધ્યાહન પછી વાતાવરણ વધારે ચોખ્ખું થયું. જુગલકિશોરે દુરબીનથી જોયું તો દરિયામાં દૂર દૂર એક ટપકું દેખાતું હતું. કદાચ એ મકાઉ આઈલેન્ડ હોઈ શકે. સ્ટીમલૉન્ચમાં આઈ લેન્ડ નજીક જવું જોખમથી ભરેલું હતું. જુગલકિશોરે ટપકાને વધુ મેગ્નિફાય કર્યું તો દૂર દૂર દરિયામાં વૃક્ષનું ઝુંડ ઉગેલું હોય એવું લાગ્યું. જ્યાં ત્યાં તાડ વૃક્ષો અને નારીયેરીનાં વૃક્ષો હશે એવું ધૂંધળું ધૂંધળું દેખાતું હતું. આથી વિશેષ ત્યાંથી કાઈ જાણી શકાય તેમ નહોતું.માણસો હોય એવી કોઈ હિલચાલ પણ ટપકા રૂપે દેખાતી નહોતી.આઈલેન્ડ પરનું વાતાવરણ પણ એકદમ શાંત દેખાતું હતું. એ ટપકું કોઈ

આઈલેન્ડ જ હશે એવું પણ અનુમાન થઈ શકે તેમ નહોતું. છતાં ત્યા પહોચવું જરૂરી હતું.

“રોનક મને લાગે છે એ દેખાતું વૃક્ષનું ઝુંડ જ મકાઉ આઈલેન્ડ લાગે છે. આપણે સાંજ પડે એટલે હોડીમાં આઈલેન્ડ તરફ જવા નીકળી જઈએ. આપણને આઈલેન્ડ નજીક પહોંચતા સુધીમાં તો રાત્રીનું અંધારું થઈ ગયું હશે. અત્યારે અહીથી આગળ જવું મને હિતાવહ લાગતું નથી.”

"જુગલ તારી વાત તો બરોબર છે. હું પણ એમજ વિચારતો હતો કે આઈલેન્ડ પર અત્યારે જવુ જોખમ ભરેલું છે પણ આઈલેન્ડની પરિસ્થિતિ જાણવા માટે આઈલેન્ડપરતો જવું જ પડશે અને એ પણ પૂરતી સાવચેતી સાથે. જો પકડાય ગયા તો અહીજ આપણા રામ આ તીર કામઠાવાલા બોલાવી દેશે. આપણે ક્યાં ખોવાઈ ગયા તેની જાણ પણ કોઈને નહી થાય."

સાંજ પડવાની શરૂઆત થતા જુગલકિશોર અને રોનકે વધુ અવાજ ન થાય એ રીતે હોડીમાં આઈલેન્ડ તરફ આગળ વધ્યા. સ્ટીમલોન્યને છોડી દીધી હતી અને માણસોને પાછા પણ મોકલી દીધા હતા. જો ત્યાં વધારે સમય રોકાય તો એ લોકોના જાનનું પણ જોખમ થઈ જાય. બંને દરિયામાં સાવચેતી સાથે આગળ વધ્યા. દરિયો અને વાતાવરણ એકદમ શાંત હતું. રાત્રી ધીમે ધીમે નીચે ઉતરી રહી હતી. ફક્ત જરા જરા હોડીના હલેસાનો અવાજ આવી રહ્યો હતો. એ પણ વચ્ચે વચ્ચે અટકીને.

"જુગલ, ટાપુ ઉપર કોઈ હિલચાલ દેખાતી નથી. આપણે મકાઉ આઈલેન્ડના બદલે બીજે તો નથી જઈ રહ્યા ને? મને બીક છે કે આ એ આઈલેન્ડ ન પણ હોય? તો આપણે શું કરશું ડાયા થઈને સ્ટીમલોન્યને પણ પાછી મોકલી દીધી છે. મારી મૂંઝવણ અને ગભરાહટ વધતી જાય છે."

"રોનક, હું પણ એજ વિચારું છું. પણ અહીં સુધી આવી જ ગયા છીએ તો થોડા વધુ નજીક જઇને જોઈએ કે આ મકાઉ આઈ લેન્ડ છે કે બીજો કોઈ આઈલેન્ડ છે. જો મકાઉ આઈલેન્ડ ન હોય તો પછી આપણા અને ટુરિસ્ટનાં નસીબ. આપણે તો જોખમ સાથે બાથ ભીડનારા પડશે એવા દેશું. પણ ટુરિસ્ટોનું શું થશે?"

"જુગલ, જોતો આઈલેન્ડ ઉપર મને મશાલની રોશની હોય એવું લાગે છે." જુગલકિશોરે દુરબીનથી જોયું તો ખરેખર એ મશાલની રોશની હતી. તેનો અર્થ એ થયો કે આ મકાઉ આઈ લેન્ડ જ હશે. બંનેને સંતોષ થયો કે છીએ તો સાચી દિશામાં, મહેનત એળે નથી ગઈ. હવે સવાલ એ છે આઈલેન્ડ ઉપર કોઈને પણ ખબર ન પડે તેમ પહોંચવું કેવી રીતે? આમ બંને વિચારતા હતા ત્યાં જુગલનાં કાન પાસેથી તીર જેવું કાંઈક સનસન કરતું પસાર થઈ ગયું. બંને તુર્તજ હોડીમાં ઊંધા સુઈને હોડીને હલેસા મારવા બંધ કરી શાંતિથી પડ્યા રહ્યા. કદાચ કોઈએ જોઈ લીધા હોય તો બીજું તીર નિશાન ન જ ચુકે. અને રામ બોલો ભાઈ રામ થઈ જાય. આઈલેન્ડપરથી કોઈ એમજ તેમની દિશામાં તીર શું કામ ચલાવે?

"જુગલ, હવે આપણે કોઈપણ ગતિવિધિ કે કાર્ય કર્યા વગર આઈ લેન્ડ ઉપર શાંતિ ન થાય ત્યાં સુધી આમજ પડ્યા રહીએ, ખોટું જોખમ નથી લેવું. જંગલીઓને આપણે હોડી

દ્વારા આઈલેન્ડ ઉપર જઈએ છીએ એ ખબર તો નહીં પડી ગઈ હોય ને? આપણું મિશન છે જોખમી અને એ પણ કોઈ પણ જાતની સચોટ માહિતી વગરનું."

રોનક મને પણ એવું જ લાગે છે કે કોઈ કારણ વગર આપણી ઉપર તીરથી શું કામ હુમલો કરે? આપણે બહુ સતર્ક રહેવું પડશે. પણ પછી ન તો આઈલેન્ડ પર કોઈ ગતિવિધિ થઈ કે ન તો બીજું તીર આવ્યું. બંને દ્વિધામાં પડી ગયા કે હવે શું કરવું. મકાઉ આઈલેન્ડ માટેનું અનુમાન સાચું પડે તો સારું નહીતર બધી મહેનત નકામી જશે.

10.

મકાઉ આઈલેન્ડ ઉપર સામનો

જુગલકિશોર અને રોનક ક્યાંય સુધી શાંત પડ્યા રહ્યા. રાત બહુ જ વીતી ચુકી હતી. બંને ધીમે ધીમે હળવા હાથે પાણીમાં હલેસા મારતા મારતા આઈલેન્ડનાં કિનારા નજીક પહોંચી ગયા. પણ ઘોર અંધકાર અને અજાણી જગ્યા હતી. તેથી આઈ લેન્ડ ઉપર ગીચ ઝાડી સિવાય તારાનાં પ્રકાશમાં કાઈ દેખાતું નહોતું. હોડીમાંથી દેખાતી મશાલો પણ હવે દેખાતી નહોતી એટલે આઈલેન્ડ પરની કોઈ ગતિવિધિની ખબર પડતી નહોતી. બધુંજ વાતાવરણ એકદમ શાંત હતું. બંને દ્વિધામાં હતા.

"જુગલ આપણે સવારે થોડો ઉજાશ થાય પછી આઈલેન્ડ ઉપર જઈએ. અત્યારે તો તીર કામઠાવાળા કદાચ ત્યાં છુપાઈ ને બેઠા હોય એવું લાગે છે. એ લોકો આપણને જોઈ શકે પણ આપણે તેને ન જોઈ શકીએ એટલે ગમે ત્યાંથી તીર આવી શકે. આજે જ આપણને એ અનુભવ થઈ ગયો છે. આ ઉપરાંત આપણા માટે તો આ જગ્યા અજાણી છે. કાંઠો કે કિનારાની કાઈ જ ખબર નથી એટલે જ્યાં સુધી ઉજાશ ન થાય અને કાંઠે જવું સુરક્ષિત ન લાગે ત્યાં સુધી કોઈ જ જોખમ ખેડવું નથી. આપણી એક ભૂલ આપણું આખુય મિશન

નિષ્ફળ કરી નાખશે અને આપણને એ પણ ખબર નથી કે આ જ મકાઉ આઈલેન્ડ છે."

જુગલે થોડો ઉજાશ થતા આઈલેન્ડ પર દુરબીનથી જોયું તો કિનારા ઉપર ભેખડ જેવું દેખાયું કદાચ એ દરિયાનાં પાણીથી ત્યાં ગુફા જેવું પણ બની ગયું હોય તો ત્યાં છુપાવાની અનુકૂળતા રહે એમ વિચારી જરા પણ પાણીનો અવાજ ન થાય એ રીતે ત્યાં પહોંચી ગયા. જુગલકિશોરનું અનુમાન સાચું નીકળ્યું ભેખડ નીચે પાણીથી ભરેલી ગુફા હતી પણ અંદર આગળ સમથળ જગ્યા હતી. બંને ત્યાં પહોંચી થોડો નાસ્તો કરી ફ્રેશ થઈ ગયા.

બંનેને વિચાર તો આવ્યો કે આ ગુફામાં અંદરના ભાગે કોઈ જંગલી માણસો રહેતા તો નહિ હોય ને? પણ હવે એ વિષે વિચારવું નકામું હતું કારણ કે ગુફામાંથી બહાર નીકળીને ભાગી શકાય એવી કોઈ જ શક્યતા નહોતી અને વધારામાં હોડી પણ જંગલી માણસોની નજરમાં આવી ગઈ હતી. બંનેનું અનુમાન સાચું નીકળ્યું હોડી દેખાવાથી કિનારા ઉપર ધમાલ મચી ગઈ હતી. હવે તો ગુફા એજ અત્યારે તો આશરો હતો. બહાર નીકળીને કઈ જાણી શકાય તેમ પણ નહોતું.

આઈલેન્ડ પર દૂર દેખાતી હોડીનાં લીધે ધમાલ થતી હતી. બે જંગલી માણસો દરિયામાં ઉતરીને હોડીને કિનારે લઈ આવ્યા. હોડીની પુરતી તપાસ કરીતો હોડી ખાલી હતી

એટલે કિનારે કોઈક આવ્યું છે. એમ માનીને કિનારે આવેલા લોકો માટેની શોધખોળ શરુ થઈ ગઈ હતી.જુગલકિશોર અને રોનકે પોતાની શોધખોળ શરૂ થઈ ગઈ છે એ કિનારે ચાર, પાંચ જંગલી માણસો જે હાથમાં તીર કામઠા લઈને પોતાની ભાષામાં વાતચીત કરતા હતા એ ન સમજાય એવી વાતચીત ઉપરથી અનુમાન લગાવ્યું હતું. તેમજ વાતાવરણ પરથી લાગતું હતું કે કિનારા પરના જંગલી દ્વારા પોતાની સઘન શોધખોળ શરુ થઈ જ ગઈ છે. હવે તો અહીયા છુપાઈ રહેવામાં જ ડહાપણ છે.

ગુફા ઉપરનાં કિનારાપર બધાંજ અહીં તહીં દોડતા હતા. એમાંનો એક જંગલી શોધતો, શોધતો નીચે ગુફામાં આવ્યો. રોનકે તેને દબોચી લીધો. ગુફામાં ઉગેલા ઝાડનાં વેલાથી તેના હાથ, પગ બાંધી દીધા. બીજો જંગલી માણસ પણ ત્યાં બંનેને શોધતો શોધતો આવ્યો. તેની પણ એજ દશા કરી દીધી. બંનેનાં મોઢે પાંદડાના ડૂચા મારી દીધા જેથી અવાજ કરીને કિનારાપર, ગુફા ઉપર દોડતા જંગલી માણસોને જાણ ન કરી શકે.

ગુફાનાં કિનારા ઉપરથી પોતાનાં બે સાથી ગુમ થઈ જવાથી બાકીનાં જંગલીઓ દ્વિધામાં પડી ગયા અને તેમને સમજાતું નહોતું કે પોતાના તાબાના આઈલેન્ડ ઉપરથી તેના બે સાથી ક્યાં ગુમ થઈ ગયા. કંઈક અજુગતું બન્યું છે એમ માનીને વિચારમાં પડી ગયા.આથી કિનારા ઉપરની જંગલી

માણસોની ચહલપહલ શાંત થઈ ગઈ. આમજ થોડો સમય વિતી ગયો એટલે બીક કે પોતાનાં મુખીયાને જાણ કરવા કિનારા પરના જંગલી માણસો ભાગી ગયા હશે એમ માનીને જુગલકિશોર અને રોનક બહાર આવ્યા પણ તેમનો એ નિર્ણય ખોટો નીકળ્યો.

બહાર કિનારા પર તો અવાજ કર્યા વગર આડાઅવળા દોડતા ઘણા જંગલીઓ હતા. જુગલકિશોર અને રોનક હવે નીચે કંદરામાં.. ગુફામાં પાછા જઈ શકે તેમ નહોતા પણ જંગલી માણસોએ તેમને હજી જોયા નહોતા એટલે જરૂર પડે તો જંગલીનો સામનો કરવા માટે ઝાડની પાછળ છુપાઈ ગયા.

જંગલી માણસો પાસે તીર અને છરા જેવું લાબું હથિયાર હતું. જુગલકિશોર અને રોનકને રિવોલ્વર કે બીજા હથિયારનો ઉપયાગ કરવો નહોતો કારણ કે આગળ ઉપર જંગલી માણસો સાથે નહીં પણ હથિયારધારી માણસોનો સામનો કરવાનો હતો. અત્યારે રિવોલ્વરનો ઉપયોગ કરવાથી તેના અવાજથી જંગલમાં રહેલા બીજા જંગલી માણસો પણ સતર્ક થઈ જાય અને કિનારે દોડી આવે એવું બને એટલે અત્યારે કોઈ જોખમ લેવા જેવું નહોતું એમ માની બંને શાંત રહ્યાં.

બંનેએ એક ઝાડ પાછળ છુપાયેલા રહી એક યોજના બનાવી. બંનેએ સ્મોક માસ્ક પહેરી લીધા, અવાજ કરી

જંગલીઓનું ધ્યાન પોતાની તરફ દોર્યું અને બધાંજ જંગલી માણસોને પોતાની નજીક આવવા દીધા. જંગલી માણસો થોડેક દૂર રહ્યા એટલે બે સ્લીપિંગ સ્મોક બૉમ્બ જંગલી તરફ સળગાવીને ફેંક્યા. પાંચેક મિનિટમાં બધાંજ જંગલી માણસો ગાઢ નિંદ્રામાં સુઈ ગયા. છતાં સાવચેતી ખાતર રોનક ધીમે ધીમે જંગલી માણસોના ટોળા તરફ ગયો. બધાંને તપાસી જોયા કે કોઈ જાગૃત તો નથી રહી ગયો ને. પૂરતી ખાતરી કર્યા પછી હવે અહીંથી કેમ આગળ વધવું તેની બંનેએ વિચારણા શરુ કરી.

જુગલકિશોરે રોનકને કહ્યું, "કે હવે કોઈ ખતરો કે જોખમ દેખાતું નથી પણ આ અડાબીડ અને અજાણ્યા જંગલમાં રસ્તો શોધવો મુશ્કેલ છે. આ જંગલીઓ જાગૃત થાય તે પહેલા તો અહીંથી દુર દુર કોઈ બીજી સુરક્ષિત જગ્યા કે રહેઠાણ શોધીને ત્યાં પહોંચી જેવું પડશે. અત્યારે આપણી ઉપર કોઈ જોખમ લાગતું નથી એટલે રસ્તો શોધીને આગળ વધવામાં વાંધો નથી કારણ કે આ ઊંઘી ગયેલા જંગલી માણસો સાત. આઠ કલાક પહેલાં તો જાગે તેમ નથી. અને જાગ્યા પછી પણ આપણે ક્યાં ચાલ્યા ગયા એ શોધવામાં અહીયાં જ કિનારા પર જ પ્રયત્ન કરશે જે આપણા ફાયદામાં છે. ત્યાં સુધીમાં તો આપણે જંગલમાં ક્યાય દુર પહોંચી ગયા હોઈશું."

બંનેને દિશાવિહીન રસ્તા પર આગળ જતા ગાઢજંગલ તરફ જતો એક કેડી જેવો રસ્તો દેખાયો. કેડીનો ખુબજ

ઉપયોગ થતો હશે એમ લાગ્યું પણ એ કેડી ઉપર જ આગળ વધવા સિવાય કોઈ બીજો વિકલ્પ પણ નહોતો એટલે બંને સાવચેતી પૂર્વક કેડી રસ્તે આગળ વધ્યા. આ કેડી રસ્તો ક્યાં લઈ જશે? એ, બે માંથી કોઈ જાણતું નહોતું. બંનેના મનમાં અજાણ્યા પ્રદેશમાં આગળ વધવા માટે મનમાં બીક સાથે સાથે જાસૂસી સાહસ ખેડવાનો અદમ્ય ઉત્સાહ અને ઉતેજના હતી.

11.

મકાઉ આઈલેન્ડ ઉપર કિલ્લો

જુગલકિશોર અને રોનક કેડી ઉપર સાવચેતીથી આજુબાજુ નજર કરતા અને ઝાડી ઝાંખરાને કાપતા જંગલમાં આગળ વધતા હતા. ક્યાંય કોઈ જંગલી માણસોની વસ્તી દેખાતી નહોતી. ક્યારેક ક્યારેક હિંસક પશુ હોવાનો અહેસાસ થાય તો થોડા થોભીને આગળ વધતા હતા. એક વખત તો ઝેરી સાપ રોનકના પગ નીચે આવતા આવતા રહી ગયો હતો. પણ આગળ વધવા માટે આ મળેલ કેડીને જ પકડીને ચાલવું પડે તેમ હતું. ગફલતમાય જો ભૂલા પડ્યા તો જીવનનું કામકાજ પૂરું થઈ જાય એવું હતું એટલે ધીમે ધીમે પણ સાવચેતીથી બંને આગળ વધી રહ્યા હતા. રોનકે, જુગલકિશોરને પૂછ્યું.

“જુગલ આપણે ક્યાં સુધી આ અડાબીડ જંગલમાં આ કેડી ઉપર આમતેમ આથડીશું. મને તો આ કેડીનો ક્યાય અંત થતો દેખાતો નથી અને ક્યાય કોઈ માણસ કે કોઈ રહેઠાણ પણ દેખાતું નથી. જરા જો તો ખરો તારું દૂરબીન શું કહે છે? કોઈ આશાનો તંતુ દેખાય છે? હું તો આમને આમ ચાલતા ચાલતા થાકી ગયો છું. આમ રખડવામાં જ આપણો સમય બરબાદ થઈ જશે.”

જુગલકિશોરે દૂરબીનથી જોયું તો દૂર દૂર ઊંચે ટેકરી ઉપર એક કિલ્લા જેવું દેખાયું. જુગલકિશોરે ફરીથી પાકું કરવા જોયું તો ત્યાં કિલ્લા જેવું કંઈક છે એવું લાગ્યું પણ દુરથી શું છે એ બરોબર સમજાતું નહોતું.

"રોનક દૂર ટેકરી ઉપર કિલ્લા જેવું કંઈક હોય એવું લાગે છે. એ નથી સમજાતું કે આ જંગલીઓ વચ્ચે કોણે કિલ્લો બાંધ્યો હશે? એ જે હોય તે પણ મને તો એ જ પ્લેન હાઈજેક કરી રાખવાનું સ્થળ હશે એવું લાગે છે. ત્યાં કદાચ હાઈજેક કરેલું પ્લેન મળી પણ આવે. આપણે પહેલાં ત્યાં પહોંચીએ જઈએ પછી જ આગળ વિચારીએ નહીતર આ જંગલીઓ ક્યારે પ્રગટ થઈ જાય એનો કોઈ ભરોસો નથી."

"જુગલ દૂર કંઈક ઝુંપડા જેવું લાગે છે. ત્યાં વસ્તી હોય અને કંઈક હિલચાલ થતી હોય એમ પણ લાગે છે. ત્યાં જઈને જોઈએ તો ખરા કોણ છે? એ લોકો."

"રોનક, મને પણ ઝૂંપડા દેખાય છે અને ત્યાં વસ્તી હશે જ પણ જો એ ઝૂંપડા આઇલેન્ડના રહેવાસી જંગલીઓના હશે તો આપણે ઉલમાંથી ચૂલમાં પડીશું પછી આપણને કોઈ છટકવાનો કે ભાગવાનો મોકો નહિ મળે. એ લોકો આપણું કઈ નહી સાંભળશે કે આપણી વાતને સમજશે નહી."

“જુગલ મને થોડી ઘણી જંગલની ભાષા આવડે છે. આ જંગલીઓ એ ભાષા સમજશે કે કેમ એ મને ખબર નથી પણ જો કોઈ જંગલી ભટકાય જશે તો હું તેને સમજાવવાનો બનતો પ્રયત્ન કરીશ. મને વિશ્વાસ છે આ જંગલીઓમાંથી પણ કોઈક સમજદાર તો નીકળશે.” એમ વાત કરતા કરતા જુગલકિશોર અને રોનક ચારેક છુટા છવાયા ઝૂંપડા પાસે પહોંચી ગયા. ઝૂંપડાની બહાર ત્રણેક સ્ત્રીઓ અને બાળકો આંટા મારતા હતા. ત્યાં કુટુંબ સાથે રહેતા હોય એવું લાગ્યું. જુગલકિશોર અને રોનક અટકી ગયા. રોનકે દૂર ઉભેલા એક જંગલીને પાસે બોલાવવા ઈશારો કરીને ઇશારાથી સમજાવવાનો પ્રયત્ન કર્યો કે અમે મુસાફર છીએ જંગલમાં ભૂલા પડીને અહીં આવી ગયા છીએ. અમે તમને કોઈ જાતનું નુકશાન નહીં કરીએ. અમારી પર હુમલો ન કરતા.

રોનકે જંગલીને ઇશારાથી પાસે બોલાવ્યો પણ એ પાસે ન આવ્યો એટલે રોનકે ફરીથી દૂર ઉભેલા જંગલીને ઇશારાથી પૂછ્યું. “તારું નામ શું છે? તમે અમને મદદ કરશો?”

જંગલી કદાચ કંઈક સમજ્યો હશે પણ બીતા બીતા હાથમાં લાંબો છરો લઈને રોનક પાસે આવ્યો. રોનકે ફરી જુગલકિશોરની મિત્ર તરીકે ઓળખાણ આપી બધું સમજાવ્યું. જંગલીને થોડોક વિશ્વાસ બેઠો. તેણે રોનકને કહ્યું કે મારુ નામ રેમ્બો છે. તમે બંને મારી સાથે અમારા મુખીયા પાસે ચાલો.તેને આ બધીજ વાત કરજો. જુગલકિશોર તો શાંતિથી

આ બધો વાર્તાલાપ સાંભળી રહ્યો હતો. "જુગલ આ રેમ્બો આપણને તેના મુખીયા પાસે લઈ જવાનું કહે છે."

"કઈ વાંધો નહીં. અહીં સુધી આવીજ ગયા છીએ તો તેને પણ મળી લઈએ. જંગલનો મુખીયા કાં તો આપણને મદદરૂપ થશે અથવા આપણા માટે મુશ્કેલી ઉભી કરશે. જે થાય તે તું મુખીયાને બધીજ વિગત સમજાવજે અને તને એમ લાગે કે મુખીયા કંઈક મદદરૂપ થાય તેમ છે તો હળવેથી કિલ્લા વિશે પુછી લેજે. તેને બધી ખબર હશે જ."

રોનક અને જુગલકિશોરને મુખીયા પાસે લઈ જવામાં આવ્યા. મુખીયાને જંગલી માણસે તેની ભાષામાં બધી વાત કરી અને લઈ આવવાનું કારણ જણાવ્યું અને કહ્યું દેખાવપરથી તો બંને આપણને મદદ કરે તેવા લાગે છે.

મુખીયાએ એક તીવ્ર દ્રષ્ટિ બંને ઉપર નાખી સંપૂર્ણ નિરીક્ષણ કરીને પૂછ્યું "આવા વિકટ જંગલમાં દરિયો ખેડીને અહીયા કેમ આવ્યા છો? અહીયાં શું કામ છે? જે કાંઈ ખજાનો છે એ અમારો છે. અહીંથી ચાલ્યા જાવ. તમારા જીવનું જોખમ છે. અત્યાર સુધી જીવીત કેમ રહ્યા એજ સમજાતું નથી. પણ અહીં સુધી પહોંચી ગયા છો એટલે તમે એમ ન માનતા કે તમે અહીંથી જીવિત પાછા જઈ શકશો. આ મારો ઇલાકો છે અહીં હું ધારું તે થાય. હું અહીયાંનો રાજા છું."

રોનકે રેમ્બોને જે સમજાવ્યું હતું એ બધું રેમ્બોએ મુખીયાને ફરીથી સમજાવ્યું અને કહ્યું કે આ લોકો એમ કહે છે જો તમે અમને મદદ કરશો તો અમે તમને મદદરૂપ થઈ શકીશું. જુગલકિશોર અને રોનકને મુખીયાનાં મુખ ઉપરનાં હાવભાવથી લાગ્યું કે મુખીયાને તેની વાત પર થોડોક વિશ્વાસ બેઠો છે. એટલે રોનકે પુછયુ "દૂર દૂર ટેકરી ઉપર કિલ્લા જેવું દેખાય છે એ શું છે? એના વિષે માહિતી આપશો? આપનો ખૂબ ખૂબ આભાર."

રોનકનો સવાલ સાંભળી મુખીયા ઉભો થઈ ગયો. જુગલકિશોર અને રોનકનાં મનમાં ધ્રાસકો પડ્યો કે આ ક્યાંક મારી ન નાખે. પણ, પરિસ્થિતિનો સામનો કર્યો સિવાય ક્યાં કોઈ બીજો વિકલ્પ હતો. બંને જરા પણ ડર્યા વગર ઉભા રહ્યા.

મુખીયા રોનક પાસે આવ્યો અને સમજાવ્યું કે ટેકરી ઉપર જે કિલ્લો દેખાય છે એ અમારા પૂર્વજોએ બાંધ્યો છે. ત્યાં એક ભયંકર દુષ્ટ માણસ રહે છે. તેની પાસે આગ ઓકતી ભૂંગળી છે. તેના વડે તેણે આ કિલ્લા પર કબજો કરી લીધો છે. તેના માણસો વારંવાર જંગલમાં આવીને અમારા માણસોને મારી નાખે છે. અમારા ઘણા માણસો અને સ્રીઓને કિલ્લામાં પકડીને લઈ ગયો છે. જો તમે અમને કિલ્લાવાળાનાં ત્રાસમાંથી છોડાવશો તો અમે તમને બધી મદદ કરીશું. હું

તમારી ઉપર વિશ્વાસ મુકવા તૈયાર છું પણ જો દગો કરશો તો અહીં જ માર્યા જશો.

રોનકે, હા પાડી અને કહ્યું "મને ફક્ત સો ચુનંદા માણસો આપો અમે તમને એ કિલ્લાવાળા દુષ્ટ માણસના ત્રાસમાંથી છોડાવી કિલ્લો પણ તમને સોપી દઈશું. અમે અહીંથી ચાલ્યા જઈશું. અમે કાઈ અહીયાં રહેવા માટે નથી આવ્યા. મુખીયાએ રેમ્બો સાથે ચર્ચા કરીને સો માણસોની ટીમ આપી. જુગલકિશોર અને રોનક રેમ્બો સાથે ચર્ચા કરી યોજના બનાવીને કિલ્લા તરફ આગળ પ્રયાણ કર્યું. બંને અચાનક અજાણ્યા આઈલેન્ડ ઉપર મળેલી મદદથી મનોમન ખુશ હતા. બેનરજી સાહેબે જે સ્મિત આપીને ગર્ભિત ઈશારો કર્યો હતો તે કદાચ આ મદદ માટે પણ હશે. બેનરજી સાહેબ ની શું યોજના હોય એ તો ચીફ જાણે પણ મદદ મળી ગઈ એટલે બંને ખુશ હતા.

12.
કિલ્લા ફરતો સખત પહેરો

જુગલકિશોર, રોનક, રેમ્બો અને તેની ટીમે કિલ્લો દેખાતો હતો તે તરફ આગળ પ્રયાણ કર્યું. રેમ્બો હવે જુગલકિશોર અને રોનકનો મિત્ર બની ગયો હતો. તેને વિશ્વાસ બેસી ગયો હતો કે આ લોકો અમને નુકશાન કરવા નહીં પણ મદદ કરવા આવ્યા છે. તેમજ રેમ્બો અને રોનક વચ્ચે ભાષાનું ટ્યુનીંગ પણ સારું થઈ ગયું હતું.

જુગલકિશોર અને રોનક પણ નિષ્ચિંત થઈ ગયા હતા. હવે તેમને કોઈ જંગલી માણસનો ભય નહોતો કે કોઈ મુશ્કેલી ઉભી થાય એવું લાગતું નહોતું. જુગલકિશોરે તેનું પૂરેપૂરું ધ્યાન કિલ્લા સુધી પહોંચી અંદર પ્રવેશવા પર કેન્દ્રિત કર્યું હતું. કારણ કે મુખિયા પાસેથી અત્યારની સ્થિતિની અને કિલ્લાની અંદરની વ્યવસ્થા વિશેની કોઈ માહિતી નહોતી. માફિયાએ ઘણાં સમય પહેલાં કિલ્લો તેની પાસેથી પડાવી લઈને બંધુકનાં નાળચે ભય ઉભો કરી બધાંને ભગાડી દેવામાં આવ્યા હતા એટલે અત્યારે તો કિલ્લો દેખાય છે એ સિવાય કિલ્લા વિશેની કોઈજ વાતની ખબર મુખીયાને નહોતી. બીકના લીધે તેણે કિલ્લામાં થતી ગતિવિધિ વિષે જાણવાનો પ્રયત્ન પણ નહોતો કર્યો.

આખીય ટીમ કિલ્લા પાસે પહોંચી. દૂરથી લાગતી ટેકરી, એ ટેકરી નહોતી પણ નાનો એવો પર્વત હતો. પર્વતની ટોચને સમથળ કરી ત્યાં નાના એવા કિલ્લાનું બાંધકામ કર્યું હતું. પર્વતનું ચઢાણ સીધું હતું. પર્વતની ફરતી છ ફૂટ પહોળી ખાઈ હતી. ખાઈ કેટલી ઊંડી હશે તેનો અંદાજ આવી શકે તેમ નહોતો કારણ કે ખાઈ પાણીથી ભરેલી હતી. કદાચ તેમાં મગર, જળસાપ જેવા ભયંકર જીવો પણ હોય શકે. આ આખોય વિસ્તાર ઘનઘોર જંગલથી પથરાયેલો હતો.

જુગલકિશોરે દુરબીનથી જોયું તો કિલ્લા ઉપરથી સશસ્ત્ર ગાર્ડઝ ચોકી પહેરો કરી રહ્યા હોય એવું લાગ્યું. કદાચ કિલ્લા ફરતો ગાર્ડઝનો પહેરો પણ હોઈ શકે એટલે પર્વત ચડીને તો ઉપર જવું જોખમથી ભરેલું હતું. આમેય પર્વત સીધી રીતે તો ચડી શકાય એવો હતો જ નહી. પુષ્કળ ઝાડી ઝાંખરા અને વૃક્ષોથી ભરેલો હતો. તેમજ પર્વત ફરતી ખાઈ હતી એટલે કિલ્લામાં જવા માટે કોઈ ગુપ્ત દ્વાર હોય કે એવી કોઈ વ્યવસ્થા છે કે કેમ એ વિષે વિચારવું અને શોધવું પડે તેમ હતું. અને જો હોય તો તેની સાવચેતીથી કિલ્લા ઉપર પહેરો ભરતા ગાર્ડની નજરમાં આવ્યા વગર તપાસ કરવી પડે. જે કામ અઘરું હતું પણ અશક્ય નહોતું. ગાર્ડને પોતાની હિલચાલની જરા પણ ખબર ન પડે તેનું પૂરતું ધ્યાન રાખવું પડે.

મુખીયા કહેતા હતા કે કિલ્લામાંથી માણસો આવી અમારા માણસો અને સ્ત્રીઓને ઉપાડી જાય છે તો ક્યાંક તો કિલ્લામાં આવવા-જવા માટેનો કોઈ ગુપ્ત માર્ગ અવશ્ય હોવો જોઈએ. જુગલે રોનક સાથે વાત કરી રેમ્બોને આ બાબતે પૂછવા કહ્યું.

રોનકે રેમ્બોને પૂછ્યું, રેમ્બો પણ આ બાબતથી અજાણ હતો. જુગલકિશોરે જાસૂસી મગજ કામે લગાડ્યું. રેમ્બોને કિલ્લા ઉપર પહેરો ભરતા એક ગાર્ડ ઉપર તીર છોડીને બધાંને સંતાય જવા કહ્યું. જુગલકિશોરે વિચાર્યું કે ગાર્ડ ઉપર તીરથી હુમલો થતા બીજા ગાર્ડ અહીં તપાસ કરવા અને જંગલીઓને પકડી લેવા માટે ચોક્કસ આવશે જ, ત્યારે તેની આવવાની ગતિવિધિ ઉપરથી કિલ્લામાં જવાનો ગુપ્ત રસ્તો જાણવાનો મોકો મળી જશે.

જુગલકિશોરના કહેવા પ્રમાણે રેમ્બો એ એક તીર કિલ્લા ઉપર ચોકી કરતા ગાર્ડ ઉપર છોડ્યું, તીર ગાર્ડને વાગતા જ એ કિલ્લા પરથી ઊંડી ખાઈમાં ગબડી પડ્યો. બધાંજ વૃક્ષોની ઓથે સંતાયને હવે શું થાય છે એ જોવા તત્પર થઈ ગયા પણ ક્યાંય સુધી કિલ્લા ઉપર કોઈજ પ્રતિક્રિયા ન થઈ કે કોઈ એ સામનો કરવાનો પ્રયત્ન ન કર્યો. ગાર્ડ કેવી રીતે ખાઈમાં પડી ગયો એ જાણવાની પણ કોઈએ કોશિશ ન કરી.

જુગલકિશોર, રોનક અને રેમ્બો વિચારમાં પડી ગયા કે આમ કેમ બને. કદાચ બીજા ગાર્ડને પહેરો ભરતા ગાર્ડને તીર

વાગવાની બાબતની જાણ ન થઈ હોય અથવા તો ગાર્ડ ખાઈમાં પડી ગયો છે એ ખબર પણ ન પડી હોય. એવુંજ કંઈક બન્યું હોય એવું લાગે છે. બાકી ગાર્ડને તીર વાગવાની ખબર પડી હોય તો કિલ્લા પરથી કંઈક તો ગતિવિધિ ચોક્કસ થાય જ, એ કેમ નથી થતી એ વિચાર માગી લે તેવો પ્રશ્ન છે.

જુગલકિશોરે ફરીથી બીજા ગાર્ડને નિશાન બનાવવાનું કહ્યું. રેમ્બો એ તીર છોડ્યું, ગાર્ડને તીર વાગ્યુંને કિલ્લા ઉપરથી ગોળીઓની વર્ષા થઈ બધાંજ છુપાયેલા હતા કોઈને કઈ ઇજા ન થઈ પણ એક વાત નક્કી થઈ ગઈ કે હવે કિલ્લામાંથી ગાર્ડની ટીમ જંગલીઓને શોધવા અને પકડી લેવા આવશે. ત્યારે એક એક કરી બધાંજ ગાર્ડને પકડી લેવાના અને જો કોઈ સામનો કરેતો તેનો ખેલ ખતમ કરી દેવાનો પણ બને ત્યાં સુધી બંધક બનાવવાની કોશિશ પહેલાં કરવાની જેથી તેની પાસેથી કિલ્લાની અંદરની વ્યવસ્થા વિષે જાણી શકાય.

દશેક મિનિટ પછી ખાઈ પર પર્વત બાજુથી કંઈક હિલચાલ થતી હોય એવું જુગલકિશોરને લાગ્યું. “રોનક ખાઈ પર કંઈક હિલચાલ થતી હોય એવું લાગે છે તેથી હું એ તરફ જાવ છું તમે અહીં જે કોઈ આવે તેને પકડીને બંધક બનાવી લેજો. પણ છુપી રીતે કામ કરજો અને કિલ્લામાંથી આવેલા ગાર્ડને બંધુક ફોડવાનો મોકો ન મળે તેનું ધ્યાન રાખજો.

આપણા પક્ષે કોઈ જાનહાની નથી થવા દેવી. હું કિલ્લામાં જવાનો રસ્તો જાણી લઉં છું."

જુગલકિશોરે દુરથી જોયું તો ખાઈની પહેલી બાજુથી એક મોટું આશરે આઠ ફૂટ લાબું પાટિયું ખાઈ ઉપર મુકવામાં આવ્યું છે. જેથી પાટિયા ઉપર થઈને ખાઈ ઓળંગીને ગાર્ડ જંગલમાં આવી શકે. ધીમે ધીમે સાવચેતીથી જુગલકિશોર ખાઈ ઉપર પાટિયું જ્યાં મૂક્યું હતું ત્યાં આવ્યો તો નવાઈ પામી ગયો કે પર્વતની ઝાડીમાં ન દેખાય એવી રીતે પગથિયાં બનાવ્યા હતા જે છેક કિલ્લા સુધી જતા હતા એટલે કિલ્લાનાં દરવાજાથી ખાઈ સુધીના પગથીયાં હતા તેનો કિલ્લામાં રહેલા માણસો જંગલમાં આવવા-જવા માટે ઉપયોગ કરતા હતા અને જંગલી માણસો, જંગલી સ્રીઓને ઉપાડી જતા હતા. મુખીયાએ કહેલી વાત સાચી હતી.

જુગલકિશોરે રોનકને બોલાવ્યો અને ખાઈ ઉપરનાં પાટિયાની અને કિલ્લામાં જવાના પગથિયાં વિષે વાત કરી. રોનક પણ પગથીયા વિશેની વ્યવસ્થા જાણીને નવી પામી ગયો. તે સમય દરમ્યાન જેટલા પણ ગાર્ડ જંગલમાં આવ્યા હતા તે બધાંને પકડી લીધા હતા. મોઢામાં ઝાડ-પાનના ડૂચા મારીને મોઢા બંધ કરી દીધા હતા જેથી કિલ્લામાં રહેલા માણસોને કોઈ સંકેત ન આપી શકે.

રોનક આપણે બેઉ હવે કિલ્લામાં પ્રવેશીશું. ત્યાં સશસ્ત્ર ગાર્ડઝ હશે જ અને ફાયરિંગમાં આ તીર કામઠાવાળા માર્યા જશે એટલે આ લોકોને કિલ્લામાં સાથે લઈ જવા હિતાવહ નથી. આ વાત તું રેમ્બોને સમજાવ અને કહે કે તે મુખીયાને અહીની પરિસ્થિતિની જાણ કરી તેના બધાંજ માણસોને અહીં ભેગા કરી રાખે, જરૂર પડે આપણે તેને સંકેત આપીશું એટલે તેઓ કિલ્લા પર હલ્લો કરી દે પણ તે પહેલાં કિલ્લામાં કોઈ પ્રવેશ ન કરે કે કોઈ એવી ગતિવિધિ ન કરે કે જેથી કિલ્લામાં રહેલા માણસોને અહીની પરિસ્થિતિની જાણ થઈ જાય. રોનકે રેમ્બોને બધી પરિસ્થિતિ અને ખાઈ ઉપરના પાટિયા વિષેની સમજણ આપી દીધી જેથી જરૂર પડે રેમ્બો કિલ્લામાં જવાના ખાઈવાળા રસ્તાનો ઉપયોગ કરીને કિલ્લા ઉપર હલ્લો કરી શકે.

રોનકે રેમ્બોને જુગલકિશોરની જે યોજના હતી એ સમજાવી દીધી. રેમ્બો બરોબર સમજી ગયોં હતો તેણે રોનકને કહ્યું "તમે અહીની ચિંતા કરોમાં તમારો સંકેત મળતા અમે કિલ્લામાં પહોંચી જઈશું."

રેમ્બો સાથે વાત કરી બધું સમજાવી બંને કિલ્લામાં જવા નીકળી ગયા.

13.
જુગલકિશોર અને રોનકનું કિલ્લામાં પ્રવેશવું

જુગલકિશોર અને રોનક ખાઈ ઉપર જ્યાં પાટિયું મૂક્યું હતું ત્યાં પહોચ્યા. પર્વતની તળેટીથી કિલ્લા સુધીનાં નાના પગથિયાં હતા. બંને બાજુ ગીચ ઝાડી હતી એટલે દૂરથી કોઈને ખબર જ ન પડે કે કિલ્લા સુધી જવા માટે પગથિયાં વાળો રસ્તો છે. આ પગથિયાંનો ઉપયોગ ફક્ત જંગલમાં આવવા જવા માટે જ થતો હશે એવું બંનેને લાગ્યું કારણ કે પગથિયાંની આજુબાજુ કોઈ જ ચહલપહલ નહોતી. કોઈ માણસો કે ગાર્ડસ દેખાતા નહોતા.

બંનેએ આજુબાજુ જોયું કોઈ નથી એવું લાગતા ધીમે ધીમે પગથિયાં ચડવા લાગ્યા. આશરે ત્રણ સો એક પગથિયાં ચડ્યા પછી કિલ્લાનો દરવાજો દેખાયો. દરવાજાની આસપાસ પણ કોઈ ન હોય એવું લાગ્યું છતાં પણ બંને એકદમ સતર્ક થઈને આસ્તે આસ્તે કિલ્લાનાં દરવાજા સુધી પહોંચી ગયા તો દરવાજો અંદરથી બંધ હતો, એનો અર્થ એ થયો કે કિલ્લાનાં દરવાજા પાછળ બીજા ગાર્ડઝ પણ છે. બંને ગીચ ઝાડીમાં છુપાઈ ગયા. જેથી કિલ્લામાં કોઈ ગતિવિધિ થાય છે કે કેમ અને ફરીથી કિલ્લાનો દરવાજો ખુલ્લે છે કે કેમ એ ખબર પડે.

થોડીવાર પછી કિલ્લાનાં દરવાજાની ડોકબારી ખૂલી અને બે ગાર્ડ બહાર આવ્યા. બંને વાતો કરતા હતા કે "આપણી ટીમને જંગલમાં ગયે બહુ સમય થઈ ગયો હોવા છતાં હજી સુધી પાછી કેમ નહીં આવી હોય? આ જંગલીઓ તો આપણાથી બહુ જ ડરેલા છે એ આપણી ટીમનાં માણસોને પકડવાની હિમત ન કરે છતાં આપણી પર તીરથી હુમલો શું કામ કર્યો? એ જ સમજાતું નથી. આ જંગલીઓમાં આટલી હિમત ક્યાંથી આવી? શું કોઈની મદદ મળી ગઈ હશે? અત્યાર સુધી આ પર્વત તરફ કોઈ આવ્યું નથી, તો તીરથી હુમલો કરનાર કોણ હશે એ?"

"તું ચિંતા કરમાં, સંભવ છે કે જંગલીઓ જંગલમાં ભાગી ગયા હોય, તેનો પીછે કરતા તેની પાછળ ગયા હોય. બાકી એ તીર કામઠાવાળા આપણી ગોળીઓ સામે ક્યાં ટકી શકે એમ છે, ટપોટપ મરવા લાગે છે, બાકીનાં જંગલમાં ભાગીને છુપાઈ જાય છે. આપણા ચીફે સારી એવી ધાક જમાવી દીધી છે. આજે તીરથી આપણો એક ગાર્ડ ભાઈ મરી ગયો ને બીજો ઘાયલ થયો. તારી જેમ મને પણ એ ન સમજાયું કે આ જંગલીઓ એ આજે શું કામ તીરથી આપણી ઉપર હુમલો કર્યો? એ લોકોને બહારથી કોઈની મદદ તો મળી નહી હોયને? એવું મને પણ લાગે છે કે દાળમાં કંઈક કાળું છે."

"આ વિષમ જંગલમાં કોણ આવે અને આવે તો પણ આ જંગલીઓ તેને આઈલેન્ડ પર આવવા જ ન દે એટલે તું એ બાબતની ચિંતા કરમાં. એ જંગલીઓને તેનાં ગુનાની સજા મળી ગઈ હશે. છતાં ચાલ જરા ખાઈ સુધી આંટો મારી આવીએ, કદાચ એ લોકોને કોઈ મદદની જરૂર હોય તો આપણે મદદરૂપ થઈ શકીએ." જુગલકિશોર અને રોનકને બંને વચ્ચેની વાત સમજાણી નહી પણ બંને વાતો કરતા કરતા ખાઈ તરફ ગયા એટલે મનમાં ધરપત થઈ.

જુગલકિશોર અને રોનકને તો આટલું જ જોઈતું હતું. જેવા બંને ગાર્ડ પગથિયાં ઉતરી દેખાતા બંધ થયા, બંને ધીમેથી કિલ્લાની ડોકબારીમાંથી કિલ્લામાં પ્રવેશી ગયાને અંદરથી ડોકબારીનું બારણું બંધ કરી દીધું. જેથી બહાર ગયેલા બંને ગાર્ડ અંદર ન આવી શકે.

"જુગલ અત્યાર સુધી તો નસીબે સાથ આપ્યો હોય એમ લાગે છે. કિલ્લામાં ક્યાંય ચહલપહલ દેખાતી નથી. આ લોકોને એવો વિશ્વાસ છે કે જંગલી ક્યારેય કિલ્લા સુધી પહોંચી નહીં શકે અને બીજા કોઈ મદદ કરવા અહીં સુધી પહોંચે એ શક્ય નથી. એટલે કિલ્લામાં ગાર્ડની સંખ્યા બહુ મોટી નહીં હોય એવું મારું અનુમાન છે છતાં સાવચેતી રાખીને જ આગળ વધીએ એ પહેલાં ક્યાંક છુપાઈને અંદર શું ગતિવિધિ ચાલે છે એ જાણી લઈએ."

જુગલકિશોર અને રોનક ક્યાંય સુધી છુપાયેલા રહ્યા પણ કોઈ જ હિલચાલ ન દેખાણી. "રોનક મને લાગે છે કિલ્લામાં બહુ માણસો નથી. આપણે કિલ્લા વિશેની જાણકારી મેળવી લઈએ, આગળ ઉપર કામ લાગશે. અને માહિતી પ્રમાણે જો હેપી એરલાઈન્સનું પ્લેન અપહરણ કરી અહીં લાવ્યા હશે તો તેની પણ જાણકારી મળી જશે."

"રોનક મને એ નથી સમજાતું કે એક ગાર્ડ ખાઈમાં પડી ગયો. બીજો ઘાયલ થયો. કિલ્લા પરથી આપણી ઉપર ગોળીઓ પણ વરસાવવામાં આવી હતી. ગાર્ડની ટીમ જે જંગલમાં ગઈ એ પણ પાછી નથી આવી. આવી પરિસ્થિતિ હોવા છતાં કિલ્લામાં કોઈ જાતની ગતિવિધિ કેમ નથી દેખાતી? આપણે બહુ સતર્ક રહેવું પડશે ક્યાંક ભ્રમમાં ફસાઈ ન જઈએ. કદાચ કિલ્લામાં સીસી ટીવી કેમેરા પણ હોય અને આપણને ફસાવવાની કોઈ સાઝિશ પણ હોય શકે, છતાં આપણે સાવચેતી સાથે કિલ્લાની વ્યવસ્થા તો તપાસવી જ પડશે એ વગર પ્લેન અને ટુરિસ્ટો વિષેની જાણકારી નહી મળે. આપણે ગણતરી પૂર્વકનું જોખમ લઈને આગળ વધવું પડશે."

"જુગલ તારી વાત તો સાચી છે. મને પણ તારી જેવી જ દ્વિધા છે. છતાં પણ કિલ્લાની વ્યવસ્થા તો જાણવી જ પડશે. અત્યારે કોઈ દેખાતું નથી એ આપણા ફાયદામાં છે કે આપણા

નુકશાનમાં એ અત્યારે આપણે જાણતા નથી છતાં જેટલું જાણી શકાય એટલું જાણી લઈએ."

કિલ્લો બહુ મોટો નહોતો. કિલ્લો અંદરથી ચાર ભાગમાં વહેંચાયેલો હતો. ચોરસ આકારમાં એકથી વધારે બિલ્ડીંગ્સ હતા. વચ્ચે મોટું ગ્રાઉન્ડ હતું ત્યાં હેલીપેડ હતું એટલે અહીં આવવા માટે હેલિકોપ્ટરનો જ ઉપયોગ થતો હશે એવું લાગ્યું. અત્યારે હેલીપેડ ખાલી હતું એટલે કદાચ કિલ્લામાં અપહરણ કર્તા ગેરહાજર હશે એવું અનુમાન બંને એ કર્યું.

"જુગલ અહીં કિલ્લામાં કોઈ માણસો કેમ નથી દેખાતા એ આશ્ચર્યજનક બાબત છે. તેમજ અપહરણ થયેલુ પ્લેન પણ દેખાતું નથી. આપણે સાચે રસ્તે તો છીએ ને? મને શંકા પડે કે આપણે મકાઉ આઈલેન્ડનાં બદલે ક્યાંક બીજે તો નથી આવી ગયાંને? જો એવું જ હશે તો આપણે જલ્દીથી ચીફનો સંપર્ક કરવો પડશે."

"રોનક મને પણ હવે એવું લાગવા માંડ્યું છે. ક્યાંય મકાઉ આઈલેન્ડનું નામ લખેલું બોર્ડ પણ મળ્યું નથી કે દેખાયું નથી." બંને આમ વાતો કરતા હતા ત્યાં કોઈનાં આવવાનો અવાજ સંભળાયો.. બે જણા કંઈક વાત કરતા હતા, એક જણ બીજાને કહી રહ્યો હતો.

"મને તો આપણા ચીફનું મિશન શું છે? એજ ખબર નથી પડતી. આ વીસ ઇન્ડિયાનાં લોકોને અહીં લઈ આવ્યા છીએ. ચીફની સૂચના છે કે તેમને કોઈપણ જાતની તકલીફ ન પડે તેનું ધ્યાન રાખજો એ આપણી મૂડી છે. આપણે તો ચીફના હુકમ પ્રમાણે કામ કરવાનું છે." બીજાએ કહ્યું "હા, ભાઈ ચીફ જાણે અને તેનું કામ જાણે આપણે તો ચિઠ્ઠીનાં ચાકર છીએ. ચીફ જે સૂચના આપે તે કામ કરવાનું. આપણને પૈસા પણ પૂરતા આપે છે ઉપરથી આપણા કુટુંબનું ધ્યાન રાખે છે."

જુગલકિશોર અને રોનકને એ બંનેની ભાષા તો ન સમજાણી પણ ઇન્ડિયા, વીસ ટુરિસ્ટોનું અપહરણ અને ચીફ જેવા શબ્દો સાંભળીને અનુમાન લગાવ્યું કે છીએ તો સાચી દિશામાં આ જ મકાઉ આઈલેન્ડ છે. એ વિચારે બંનેના ચહેરા ઉપર ખુશીની એક લહેર દોડી ગઈ. બસ હવે પ્લેન અને અપહૃત ટુરિસ્ટોનો પત્તો મેંળવવાનો રહ્યો. બંનેને ખબર જ હતી કે આ અજાણ્યા કિલ્લામાં પ્લેન અને ટુરિસ્ટોને શોધવા અઘરા તો છે જ.

જુગલે રોનકને કહ્યું. "રોનક કિલ્લામાં હેલીપેડ તો છે પણ પ્લેનને લેન્ડ કરી શકાય એવી કોઈ જગ્યા દેખાતી નથી અને કિલ્લાનું ચોગાન પણ એટલું મોટું નથી કે પ્લેન માટે જરૂરી રન વે બનાવી શકાય, તો પ્લેન અહીના બદલે બીજી જગ્યાએ તો લેન્ડ નહી કર્યું હોયને? પણ ચીફ ઉપર જે મેસેજ હતો એ તો મકાઉ આઈલેન્ડ પર પ્લેન લેન્ડીંગનો હતો

એટલે પહેલાં આપણે પ્લેનનો પત્તો મેળવી લઈએ. પ્લેન મળી જાય તો અને જરૂર પડ્યે પ્લેનની સિસ્ટમનાં કોડ બદલી નાખીએ. જેથી કોઈ માફિયા કિંગ કે ડોન અહીં ઉપસ્થિત હોય તો અહીંથી ભાગી ન શકે અને પછી ટુરિસ્ટોને શોધીને તેના માટેની આગળની યોજના બનાવીએ.”

14.

પ્લેન લેન્ડિંગનું સ્થળ મળ્યું

"જુગલ કિલ્લો રહસ્યમય લાગે છે. કોઈપણ જાતની ગતિવિધિ દેખાતી નથી. એ તો સારું થયું કે આપણને પેલા બેઉ વચ્ચેની વાત સાંભળવા અને જાણવા મળી. બાકી આપણે ખોટા રસ્તે છીએ એમ વિચારીને જ અડધા થઈ જાત અને આ કિલ્લામાં આમતેમ આથડીને પકડાઈ પણ જાત, તો આપણું મિશન અધવચ્ચે જ પૂરું થઈ જાત. હજી પણ આપણને કિલ્લા વિષે પૂરી ક્યાં ખબર પડી છે. કિલ્લા માટે તો આપણે અંધારામાં જ છીએ. અહીં સુધી પહોંચી ગયા એ અત્યારે તો નફામાં છે એટલે કોઈ ભૂલ ન થાય તે માટે પૂરી સાવચેતી તો રાખવી જરૂરી છે."

જુગલકિશોરે કહ્યું, "રોનક તારી વાત સાચી છે. આપણે કિલ્લા વિષે તો કઈ જ જાણતા નથી પણ પેલા બે વચ્ચેની વાત ઉપરથી એમ માની શકાય કે ટુરિસ્ટને અહીં રાખ્યા છે. એનો અર્થ એ થયો કે પ્લેન હાઈજેક કરીને અહીયાંજ લાવવામાં આવ્યું છે. કિલ્લામાં તો પ્લેન ઉત્તરી શકે નહીં. અહીં ક્યાંય નાનો તો નાનો રન વે પણ દેખાતો નથી અને કિલ્લામાં રન વે બની શકે એવી જગ્યા પણ નથી.મને લાગે છે ક્યાંક તો રન વે ચોક્કસ હશે જ, એ સિવાય પ્લેનનું લેન્ડીંગ કરવું શક્ય નથી. આપણે જે દિશામાંથી આવ્યા તેની

વિરુધ દિશામાં કિલ્લાની બહાર કદાચ રન વે બની શકે એવી સમતલ જગ્યા હોય કે પછી બનાવી પણ હોય. આપણે પહેલાં એ શાધવી પડે પછી આગળનું પ્લાનિંગ વિચારી શકાય. પહેલાં પ્લેનને શોધી કાઢીએ પછી ટુરિસ્ટો માટેની માહિતી મેળવીએ."

થોડું વિચારીને જુગલકિશોરે રોનકને કહ્યું, "રોનક આપણે પહેલાં તો કિલ્લાની સંપૂર્ણ જાણકારી મેળવવી પડશે. આપણે જે જોયું એ પુરતું નથી. છતાં અત્યારે એમ લાગે છે કે આપણે છીએ તો સાચા રસ્તે. હજી કિલ્લાની વ્યવસ્થા અને અંદરનો બધોજ ભાગ જોવાનો પણ બાકી છે. અત્યારે એ બાકી રાખીને પહેલાં આપણે પ્લેન શોધી કાઢીએ પછી આગળ વિચારીએ. જો અહીયાં પ્લેન લેન્ડ થયેલું મળી જાય તો આપણા મિશનને યોગ્ય દિશા મળી જાય અને કિલ્લાની તલસ્પર્શી તપાસ માટેની જરૂરિયાત પણ ઉભી થાય, બાકી ખોટી મહેનત કરવાનો કોઈ અર્થ નથી, એવું મારું માનવું છે."

"જુગલ આપણે વિચારીએ છીએ એવું પણ બને કે કિલ્લામાં જે દિશામાંથી આવ્યા છીએ તેની વિરુદ્ધની દિશામાં રન વે જેવું કંઈ હોય પણ શકે? કે રન વે બનાવ્યો પણ હોય. કારણ કે રન વે વગર પ્લેનનું લેન્ડિંગ શક્ય નથી. અને નાના પ્લેન માટે પણ યોગ્ય લંબાઈનો રન વે તો પ્લેનને ઉતરીને ઉભું રહે ત્યાં સુધી દોડવા માટે જરૂરી તો છે જ. તો ચાલ પહેલાં આપણે એ દિશામાં પ્રયત્ન કરીએ."

જુગલકિશોર, રોનક એક પછી એક દરવાજા પસાર કરતા લાંબી લોબીમાં આવ્યા જ્યાં હાર બંધ કેટલાય રુમો હતા પણ આ બધાંજ બહારથી તાળા મારીને બંધ કરેલા હતા. તેમજ રૂમમાંથી કોઈ ચહલપહલ કે અવાજ સંભળાતો નહોતો વાતાવરણ એકદમ શાંત હતું. બંને બે ક્ષણ માટે વિચારમાં પડી ગયા. જુગલકિશોરે રોનકને ધીમેથી કહ્યું.

"રોનક આપણે અત્યારે આ બંધ રુમો વિશે કઈ તપાસ કરવી નથી કારણ કે તેમ કરવા જતા જો એમાં માફિયા ચીફના માણસો રહેતા હશે અને બહાર આવશે તો આપણે પકડાઈ જઈશું એટલે અત્યારે એવું જોખમ લેવું હિતાવહ નથી. પહેલાં આ લોબી પસાર કરી સામે છેડે દરવાજા જેવું દેખાય છે ત્યાં જઈએ, એ દરવાજો ક્યાં ખુલે છે? એ તો જોઈ લઈએ. કદાચ એ દરવાજો કિલ્લાની પેલી બાજુ બહાર પણ ખૂલતો હોય? જો એમ થાય તો આપણું આગળનું કામ સરળ થઈ જાય."

જુગલકિશોર અને રોનક લોબી પસાર કરી છેડે આવેલ દરવાજા પાસે પહોચ્યા. દરવાજો અંદરથી બંધ હતો અને મોટું તાળું મારેલું હતું. રોનક અને જુગલકિશોર વિચારમાં પડી ગયા કોઈ રોકટોક નહીં. કોઈ માણસ પણ નથી દેખાતું. છે શું આ બધું? છતાં બધીજ જગ્યાએ તાળા મારેલા છે. પણ કોઈ માણસો દેખાતા નથી. કિલ્લો ભેદભરમ વાળો લાગે છે. અમે ધારીએ છીએ એવું કિલ્લાની તપાસનું કામ સરળ નથી.

રોનકે માસ્તર કીથી તાળું હળવેથી ખોલી નાખ્યું. દરવાજો ખોલ્યો તો આશ્ચર્ય પામી ગયા. પર્વતની તળેટીમાં પ્લેન પડ્યું હતું અને ત્યાં જવા માટે પણ પગથિયાં પણ હતા જે નીચે ખાઈ સુધી જતા હતા. બંનેના મોઢા ઉપર આનંદની એક લહેરખી દોડી ગઈ. કદાચ એજ હાઈજેક થયેલું પ્લેન લાગે છે. એ વિચારે બંનેનો ઉત્સાહ બેવડાય ગયો.

જુગલકિશોર અને રોનકે જોયું તો પ્લેન ખાઈના બીજા કિનારાથી થોડે દુર પડ્યું હતું. પાછળ રન વે દેખાતો હતો. ફરતી ઝાડી હોવાથી રન વે સરળતાથી દેખાવો મુશ્કેલ હતો. પણ નાનું પ્લેન આસાનીથી ઉતરી શકે એવો રન વે હતો.

જુગલકિશોર અને રોનક ધીમે ધીમે પગથીયા ઉતરી ખાઈ પાસે આવ્યા.રોનકે આજુબાજુ ઝાડીમાં તપાસ કરી તો ખાઈ ઉપર મુકવાનું પાટિયું મળી આવ્યું. પાટિયાનો માફિયાના લોકો ખાઈને ઓળંગવા માટે ઉપયોગ કરતા હતા અને એવા વિશ્વાસમાં હતા કે અહીયાં કોણ આવવાનું છે, એવા વિશ્વાસથી પાટિયું પણ ખાઈ પાસે જ મૂકી રાખતા હતા. જેથી આસાનીથી તેનો ઉપયોગ કિલ્લામાં રહેતા માણસો કરી શકે. પણ અત્યારે તો પડેલું પાટિયું જુગલકિશોર અને રોનક માટે ખાઈ ઓળંગવા માટે મદદ રૂપ થયું હતું.

બંને પાટિયા વડે ખાઈને ઓળંગી પ્લેન પાસે પહોંચ્યા. પ્લેનની કોકપિટની લાઈટ ચાલુ હતી એટલે કોકપિટમાં કોઈક હશે એમ માનીને બંને શાંતિથી ઉભા રહી ગયા. કોકપિટમાંથી અવાજ આવતો હતો પણ બંને દુર હોવાથી કોકપિટમાં થતી વાતચીત સમજાતી નહોતી. દુરથી તો કોકપિટમાં એક જ માણસ હશે એવું લાગતું હતું. એવા અનુમાને જુગલકિશોરે પ્લેનની કોકપિટમાં રહેલા માણસનું ધ્યાન દોરવા થોડો અવાજ કર્યો. જેથી પ્લેનની કોકપિટમાં રહેલા માણસ કે માણસો બહાર આવે.

બહાર થયેલો અવાજ સાંભળીને પ્લેનની કોક્પિટમાંથી એક માણસ બહાર આવી સીડી ઉતરીને નીચે આવ્યો. રોનકને જોતાજ તેની ઉપર સાઇલેન્સર વાળી પિસ્તોલથી ફાયરીંગ કર્યું. રોનકને તો આવુંજ કંઈક બનશે તેનો અંદાજ હતો જ એટલે રોનક જમીન સરસો સુઈ ગયો. ગલોટીયું મારી નિશાન ચૂકવીને તે માણસ પાસે પહોંચી ગયો. પિસ્તોલવાળા હાથ ઉપર લાકડાના ડંડાથી જોરદાર ફટકો માર્યો. પેલો માણસ ચીસ પાડી ઉઠ્યો. રોનકે ઝાડના વેલાથી તેના હાથ પગ અને મોઢું બાંધી ને ઝાડીમાં ફેંકી દીધો.

આ સમય દરમ્યાન જુગલકિશોર પ્લેનની કોકપિટમાં પહોંચી ગયો હતો. પ્લેનની કોકપિટ ખાલી હતી જે માણસે રોનક ઉપર હુમલો કર્યો એ એકજ માણસ પ્લેનની કોકપિટમાં હતો એટલે કોકપિટમાં જુગલકિશોરને કોઈનો સામનો કરવો

પડે એમ નહોતું. જુગલકિશોરને રોનકની ચિંતા નહોતી રોનક એક સાથે બે-ત્રણ સાથે બાથ ભીડી શકે એવો મજબુત હતો. જ્યારે અત્યારે તો તેને એકજ માણસ સાથે લડવાનું હતું. જુગલકિશોરે કોક્પિટમાંથી જોયું તો એ હુમલો કરનાર માણસ દુર ઝાડીમાં કણસતો પડ્યો હતો. જુગલકિશોરને સમજાય ગયું કે આ કામ રોનકનું છે.

જુગલકિશોરે મુંબઈ એર ટ્રાફિક કંટ્રોલને રેડિયો સંદેશો આપવા માટે પ્લેનની સિસ્ટમ ઓન કરી. મુંબઇ એર ટ્રાફિક કંટ્રોલ તરફથી સંકેત મળતા જ આખી પોઝિશન ટૂંકમાં જણાવી દીધી અને બેનરજી સાહેબને સંદેશો આપવા કહ્યું કે "ઓપરેશન ઈગલ ઇઝ ઓન રાઈટ વે. નો પ્રોબ્લેમ, એવરી થિંગ ઇસ અન્ડર કંટ્રોલ. ઓકે એન્ડ ઓવર."

15.
જુગલકિશોરનું ટુરિસ્ટોને મળવું

રોનકે પ્લેનમાંથી નીચે ઉતરેલ અને તેની ઉપર હુમલો કરનાર માણસને મારીને બાંધી દીધો હતો અને પછી ઝાડીમાં ફેંકી દીધો હતો. તેણે ઉહકારા કરી બંનેને પાસે બોલાવ્યા અને ઇશારાથી મોઢા ઉપરથી ઝાડના વેલાને દૂર કરવા કહ્યું.

"રોનક, આ માણસ કંઈક કહેવા માંગે છે. તેના મોઢા પરથી બંધન દૂર કરી દે, જોઈએ તો ખરા એ શું કહેવા માંગે છે. કદાચ આ માણસ આપણને ઉપયોગી પણ થાય. જો કઈ આડી અવળી હરકત કરશે તો ફરીથી તેને બધી દેતા આપણને ક્યાં નથી આવડતું."

રોનકે મોઢા ઉપરથી બંધન દૂર કર્યું. માણસે સ્વસ્થ થઈને ધીમેથી કહ્યું, "ઓપરેશન ઈગલ..."

જુગલકિશોર અને રોનક એકદમ હકાબકા થઈને નવાઈ પામી ગયા કે આ સિક્રેટ કોડ અમારા પાંચ સિવાય કોઈ જાણતું નથી તો આ માણસને કેવી રીતે ખબર પડી? અને આ માણસ છે કોણ? કોઈ માફિયાનો જાસૂસ તો નહી હોયને? હવે બહુ સમજી વિચારીને તેની સાથે વાત કરાવી પડશે. એ

સિક્રેટ કોડ કેમ જાણે છે એ વાત પણ જાણવી જરૂરી છે. જોઈએ તો ખરા કે આગળ એ શું વાત કરે છે.

“જુગલકિશોરજી નવાઈ ન પામશો. તમને યાદ હોય તો આપણા ચીફ બેનરજી સાહેબે મિટિંગમાં કહ્યું હતું કે મેં એક વ્યક્તિની નિમણુંક કરી છે અને તે પાયલોટ છે એ વ્યક્તિ હું છું. મારુ નામ ચેતન છે. ચીફ સાહેબે વાત કરી ત્યારે હું ત્યાં હાજર હતો પણ ચીફે મને મિટિંગમાં આવવાની નાં કહી હતી એટલે આપણી ઓળખાણ ન થઈ શકી. કદાચ ચીફનો પ્લાન કઈ બીજો હશે એટલે મિટિંગમાં તમને મારી ઓળખાણ ન કરાવી. ચીફે મને હેપી એરલાઈન્સના સ્ટાફમાં ગોઠવી દીધો હતો અને સૂચના આપી હતી કે હેપી એરલાઇન્સના ચાર્ટર પ્લેનનાં પાયલોટ તરીકે મારે પ્લેનને ઓપરેટ કરવાનું છે. ચીફે તે માટેની બધી ગોઠવણ પહેલેથી જ કરી નાખી હતી.”

“હું એરપોર્ટ પર પ્લેનનાં યાત્રિકોની રાહ જોઈ રહ્યો ત્યાં એક વ્યક્તિ આવ્યો અને મને પુછ્યું `કે તું આ પ્લેનનો પાયલોટ છો?` મેં કહ્યું હા કેમ? `તો કહે તારે આ પ્લેન ઉડાડવાનું નથી અમારો પાયલોટ પ્લેનને ઓપરેટ કરશે.` એ લોકોએ થોડી રાહ જોઈ પણ તેનો માણસ આવ્યો નહિ એટલે ત્યાં હાજર તેના સાગરીતો હતા તેની સાથે વાત કરી મને કહે `હવે આ પ્લેન તો તારે ઓપરેટ કરવાનું છે પણ અમે કહીએ એ રીતે કોઈ જાતની ચાલાકી કરીશ તો માર્યો જઈશ.` આ રીતે હું આ લોકોનાં ગ્રૂપમાં પાયલોટ તરીકે ગોઠવાઈ ગયો

છું. આ લોકોમાંથી કોઈને પ્લેન ઉડાડતા આવડતું નથી. મને અહીં પ્લેનની સંભાળ માટે રાખ્યો છે. ચીફને મકાઉ આઈલેન્ડ વિશેની માહિતી મેં જ આપી હતી. એટલે તમે અહીં સુધી પહોંચી શક્યા છો પણ પછી હું ચીફને કોઈ માહિતી આપી શક્યો નથી. ચીફે મને અહીંથી ખસવાની નાં પાડી છે એટલે હું આ પ્લેન છોડીને ક્યાય જઈ શકું નહી. કદાચ માફિયાનો કોઈ માણસ મારી ઉપર પણ નજર રાખતો હોય. આપણે વધારે વાત નહી કરી શકીએ."

"તમે એમ વિચારતા હશો કે અહીયા પ્લેન લેન્ડ થયું તેની જંગલીઓ અને તેને મુખીયાને કેમ ખબર ન પડી તો તમે આવ્યા એ રસ્તા સિવાયનાં જંગલના મોટા ભાગનાં વિસ્તારમાં માફિયા ચીફે માઈન્સ નાખી રાખી છે. એટલે જંગલીઓ કિલ્લાની આ બાજુ આવતા જ નથી. તેનો લાભ લઈને માફિયા ચીફે અહીં નાનું પ્લેન લેન્ડ થઈ શકે એવો રન વે બનાવ્યો છે."

"હવે વધારે વાત નહી થાય. તમે મને છોડીને કિલ્લામાં ચાલ્યા જાવ. હું કે તમે આ બાબતે કાઈજ જાણતા નથી. તમે પ્લેનની મુલાકાત લીધીજ નથી. તમે અંદર જશો એટલે જમણી તરફ જે રુમો છે તેમાં બધાંજ ટુરિસ્ટને પૂર્યા છે. મેં મારી વાત તમોને જણાવી દીધી. હવે આપણી મુલાકાત ફરીને થાય તો પણ આપણે એક બીજાને જાણતા નથી. બીજું તમે મને બંધક બનાવી રાખશો તો એ લોકો સચેત થઈ જશે

અને કિલ્લામાં કોઈક આવ્યું છે એમ માનશે. માટે અત્યારે તેઓને મારા વિશે ભ્રમમાં જ રહેવા દયો."

જુગલકિશોરે, રોનક સામે જોયું કે શું કરવું? આ માણસ સાચું બોલે છે કે કેમ એ કેવી રીતે નક્કી થાય. રોનક પણ દ્વિધામાં હતો કે શું કરવું. બંને વિચારતા હતા કે જો આ માણસ સાચો હોય તો મદદરૂપ થશે અને ખોટો હશે તો આપણી યોજનાની જાણ માફિયા ચીફને થઈ જશે. આ માણસે ચીફને મકાઉ આઈલેન્ડ વિષેની માહિતી આપી એ વાત કદાચ સાચી પણ હોઈ શકે. કારણ કે ચીફની ઉપર તેના પ્રાઇવેટ રૂમમાં કોઈનો સંદેશો આવ્યો હતો એ પછી જ ચીફે આપણને કહ્યું હતું કે પ્લેન મકાઉ આઈલેન્ડ પર લેન્ડ થયું છે. અને મકાઉ આઈલેન્ડ વિશેની માહિતી પણ આપી હતી.

"જુગલકિશોર, રોનક મારા ઉપર વિશ્વાસ રાખો. અત્યારે આપણે ચીફનો સંપર્ક નહીં કરી શકીએ. નહીતર હું તમને અત્યારે જ પુરાવો આપી દેત. ચીફે જ મને કહ્યું હતું કે તારે જુગલ અને રોનકનો સામનો કરવાનો થાય તો તું આ કોડ વર્ડ બોલીને તારી ઓળખાણ આપજે. બીજું હું અચ્છો નિશાનબાજ છું. રોનકને મારવા નહી તમે કોણ છો? એ જાણવા માટે રોનક ઉપર ગોળી છોડી હતી અને અવાજ ન થાય એટલે સાયલેન્સર ચડાવ્યું હતું. હવે જો મારી વાતમાં વિશ્વાસ પડતો હોય તો મારા બંધન છોડી નાખો."

“ઓકે, ચેતન અમે અંદર જઈએ છીએ.”

“રોનક, ચેતનના બંધન છોડી નાખ.”

જુગલકિશોર અને રોનક જે દરવાજેથી પ્લેન તરફ ગયા હતા તેના દ્વારા જ પાછા ઉપર કિલ્લામાં ઉપર આવી ગયાં. ચેતને કહ્યા પ્રમાણે સાવચેતીથી જમણી બાજુનાં રુમોમાંથી આવતા અવાજને સાંભળતા સાંભળતા આગળ વધ્યા. થોડેક દૂર ગયા પછી એક રુમમાંથી થોડોક ગણગણાટનો અવાજ સંભળાયો. બહારથી અંદર શું વાત થાય છે તે સમજાણી નહીં. જુગલકિશોરે રોનકને ઇશારાથી માસ્તર કીથી તાળું ખોલવા કહ્યું. રોનકે તાળું ખોલી આસ્તેથી રુમનું બારણું ખોલ્યું અને બધાંને ઇશારાથી ચૂપ રહેવા કહ્યું.

રુમમાં પાંચ વ્યક્તિ હતી. એ અપહરણ કરીને અહીયાં લાવવામાં આવેલ ટુરિસ્ટ હતા. કોઈને બાંધીને રાખવામાં આવેલાં નહોતા પણ સૌ ગભરાયેલા, ડરેલાં અને ચિંતાતુર હતા. એ લોકો પણ આશ્ચર્યથી જુગલકિશોર અને રોનકને જોઈ રહ્યા હતા. જાણે દ્વિધામાં હોય કે આ મદદકર્તા હશે કે માફિયાનાં માણસો હશે.

જુગલકિશોરે કહ્યું કે “અમે તમને મદદ કરવા અને અહીંથી છોડાવા આવ્યા છીએ. તમારી સાથે અહીં શું બન્યું એ કહો.

અમે તમારા હિતેચ્છુ છીએ. અમારા પર અવિશ્વાસ રાખવાનું કોઈ કારણ નથી."

"તમે બંને અહીં કેવી રીતે અહીં પહોંચ્યા એ અમને ખબર નથી. અમારા હિતેચ્છુ છો કે માફિયાનાં માણસો છો એ પણ અમને ખબર નથી. છતાં તમે કહો છો એટલે તમારી ઉપર વિશ્વાસ રાખીને વાત કરીએ છીએ. અમારા માટે તો ઉપર આભ અને નીચે ધરતી છે."

બધાં અપહરણ કરાયેલા ટુરિસ્ટોને પાંચ- પાંચનાં ગ્રૂપમાં જુદા જુદા રૂમમાં પુરી રાખ્યા છે. રુમમાં બધીજ સગવડતા છે. અમે અહીંથી બહાર નીકળ્યા જ નથી. બીજા લોકોની શું સ્થિતિ છે એ પણ અમને ખબર નથી. બે ટાઈમ ભોજન જુદા જુદા માણસો આવીને આપી જાય છે. આ લોકોનો માફિયા ચીફ કોણ છે એ અમને ખબર નથી. અમને એક-એક ને અહીંથી લઈ જાય છે. માફિયા ચીફ રેડિયો ફોન મારફત અમારી સાથે વાત કરે છે. છેલ્લે અમને તેણે કહ્યું છે કે તમારી કુલ કેટલી સંપત્તિ છે તેનું લિસ્ટ તૈયાર કરી રાખજો. હું કહું પછી મારા માણસને આપી દેજો. તમારી અડધી સંપત્તિ મને મળે પછી જ અહીંથી તમારો છુટકારો થશે. એક વસ્તુનું ધ્યાનમાં રાખજો અહીયાંથી કોઈ તમને બચાવવા નહીં આવે.

જુગલકિશોરે કહ્યું, "કઈ વાંધો નહીં હવે તમારી સંપત્તિનું લિસ્ટ માંગે તો આપી દેજો. એ કહે તેમ કરજો. અમે અહીંજ

છીએ. તમારો અહીયાથી જલ્દીથી છુટકારો થઈ જશે, ચિંતા ન કરતા."

"ચાલ રોનક આપણે બીજા રુમમાં ટુરિસ્ટને મળી, વાત કરી, સંધિયારો આપી દઈએ. એક દિશા મળી છે તો આ તકને જતી નથી કરવી."

16.
જુગલકિશોરે ટુરિસ્ટની વ્યથા જાણી

જુગલકિશોર અને રોનક પહેલા રુમમાં ટુરિસ્ટને મળીને બહાર નીકળ્યા. રૂમને ફરી તાળું મારી દીધું જેથી કોઈને ખબર ન પડે કે ટુરિસ્ટોની કોઈએ મુલાકાત કરી છે.

"રોનક સાલું કાઈ સમજાતું નથી. ટુરિસ્ટનું અપહરણ કરી બંધક બનાવ્યા છે. સંપત્તિની વિગત માંગી છે. ખાવા, પીવા આપે છે. બીજી કોઈ કનડગત નથી. આપણે બીજા બધાં ટુરિસ્ટને મળવું પડશે. હજી સુધી આ આખાય ષડયંત્ર પાછળ કોણ છે? એ ખબર નથી પડી. પણ એટલું તો ચોક્કસ છે કે ટુરિસ્ટનું અપહરણ પૈસા માટે જ થયું છે. અને આ કોઈ માફિયા ગેંગનું ષડયંત્ર છે. એ પછી કોઈ વિદેશી પણ હોઈ શકે અને સાથમાં આપણો ઈન્ડિયાનો પણ કોઈ નાનો-મોટો માફિયા જોડાયો હોય એવું મને લાગે છે. તેમજ અપહરણ કરીને ટુરિસ્ટને અહીં આ કિલ્લામાં બંધક બનાવીને રાખ્યા છે, એનો અર્થ એ થયો કે યોજના તો ઘણા લાંબા સમયથી બનાવી રાખી હશે. મોકો મળતા અને આ ટુરિસ્ટો ફ્રી ટુરની મોહની જાળમાં ફસાય ગયા એટલે યોજનાને અમલમાં મૂકી દીધી. અને અહીયાં સુધી કોઈ ન પહોંચી શકે એટલે આ દુર્ગમ કિલ્લાની પસંદગી કરી છે. જે કોઈ છે, એ છે તો ભેજું."

રોનક બીજા રૂમનું તાળું ખોલવા જતો હતો ત્યાં કોઈક આવતું હોય એવો અવાજ આવ્યો. બંને સંતાય ગયા. બે માણસ આવ્યા. એક વ્યક્તિએ તાળું ખોલ્યું બંનેના હાથમાં સ્ટેનગન હતી. એક વ્યક્તિ અંદર ગઈ, બીજી વ્યક્તિ બહાર ચોકી કરતી ઉભી રહી.

“તમારા માંથી ડોક્ટર રામનાથન કોણ છે? ચાલો મારી સાથે ચીફને તમને સંદેશો આપવો છે.”

એક વ્યક્તિ ડો. રામનાથનને લઈને ગઈ. બીજી વ્યક્તિ રુમ બંધ કરીને બહાર ચોકી કરતી ઉભી રહી. થોડા સમય પછી માણસ ડો. રામનાથનને લઈને પાછા આવ્યો. રામનાથનને રૂમમાં પૂરી રુમને તાળું મારી બંને જતા રહ્યા. બંને અંદરોઅંદર વાત કરતા હતા.

“આપણા ચીફ કોણ છે? એ ખબર નથી. પણ જે રીતે ટુરિસ્ટ સાથે વાત કરે છે એ ઉપરથી લાગે છે કોઈ મોટું વિદેશી માથું હશે.”

બીજાએ કહ્યું “આપણે શું? આપણને તો તગડો પગાર આપે છે. આપણા ઘરના માણસોનું ધ્યાન રાખે છે એટલે આપણે અહીયાં ઘરબારથી દૂર પડ્યા છીએ. જો આપણને તક મળે તો મારે તો અહિયાથી છૂટી જવું છે.”

"રોનક રૂમનું તાળું ખોલ, હવે તો આપણે ડૉ. રામનાથનની મુલાકાત કરવી જ પડશે. માફિયા ચીફે શું ધમકી આપી એ તો જાણીએ. જો મેળ પડેતો અહીના આ ભાડુતી માણસોને પણ મળવું પડશે. તેમાંથી કોઈક તો અસંતોષી માણસ આપણને મળશે જ. પેલો માણસ વાત કરતો હતો એમ બધી રીતે આપણને મદદ કરવા કરવા માટે થાય."

રોનકે તાળું ખોલી નાખ્યું. બંને રુમમાં દાખલ થયા અને બધાંને ચૂપ રહેવાનો ઈશારો કર્યો. ડોક્ટર રામનાથન રુમનાં એક ખૂણામાં ગુમસુમ બેઠા હતા. ગભરાયેલા અને ડરેલા હતા. બીકથી થરથર ધ્રુજતા હતા. ડોક્ટર રામનાથનને ઘરના સદસ્યોની પણ ચિંતા થવા લાગી હતી.

જુગલકિશોરે ડોક્ટર રામનાથન પાસે જઈને પોતાની અને રોનકની ઓળખાણ આપી સાંત્વનાં આપી. પછી પૂછ્યું, "માફિયા ચીફે તમને બોલાવ્યા હતા તો શું વાત થઈ? તમે જરાપણ મનમાં ગભરાટ રાખ્યા વગર અમને પૂરી વાત કરો. અમે તમને છોડાવવા માટે જ અહીયાં આવ્યા છીએ."

ડૉ. રામનાથનને જુગલકિશોર અને રોનકની હાજરી અને સાંત્વનાથી જીવમાં જીવ આવ્યો હોય એમ લાગ્યું. પણ એ દ્વિધામાં હતા કે આ બંને છે તો અજાણ્યા તેને પુરી વાત કરવી કે ફક્ત જરૂર પૂરતી જ વાત જ કરવી. જો એ માફિયા

ચીફના માણસો હશે તો વળી બીજી નવી ઉપાધી ઉભી થશે.ડોકટર સાહેબ દ્વિધામાં પડી ગયા. આ બંને સાથે શું? અને કેટલી વાત કરવી.

"ડોક્ટર સાહેબ, આપ કોઈપણ જાતનો સંકોચ રાખ્યા વગર જે હોય તે કહો. અમે અહીં જ તમારી પાસે છીએ અને બેનરજી સાહેબ પણ એકટિવ થઈ ગયા છે. આ બધા તમારા અંધારામાં મારેલા ચિઠ્ઠીવાળા તીરનો પ્રતાપ છે. તમે વિચારો તો ખરા? કે જો અમને કોઈ જાતની ખબર ન પડી હોત તો અમે અહીયાં સુધી પહોચ્યા જ ન હોત. હવે અમે અહીયાં આવી ગયા છીએ. તમારે કોઈ જાતની, અરે! માફિયા ચીફની પણ ચિંતા કરવાની જરુર નથી."

જુગલની વાત સાંભળી ડોક્ટર રામનાથનના જીવમાં જીવ આવ્યો. બંને ઉપર થોડો વિશ્વાસ બેઠો અને ડોક્ટર રામનાથને જરા ફિક્કું હસીને કહ્યું.

"મને અત્યારે માફિયા ચીફે બોલાવ્યો હતો. મને ધમકી આપીને વાત કરવા માટે. તેણે મને ચોખ્ખા શબ્દોમાં ધમકી આપીને કહ્યું છે કે તમારી પાસે દશ કરોડની મિલ્કત છે. તેમાંથી પાંચ કરોડની મિલ્કત મને આપવાની છે. હું, ત્યાં, કિલ્લામાં આવું પછી તમારા ઘરનાને ફોન કરી પૈસાની વ્યવસ્થા કરવાનું કહેવાનું છે. તેમાં જો ચૂક થશે તો તેની સજા તમારે ભોગવવી પડશે એ સજા ભોગવવા તૈયાર

રહેજો. આવી સૂચના તેણે અમને બધાંને એક એક કરી બોલાવીને આપી છે. તેની પાસે અમારી સંપતિની બધીજ વિગત છે. તેની વાત ઉપરથી એ બહુ ભયંકર માણસ લાગે છે. એ ગમે તે કરી શકે એવો માફિયા ચીફ છે. અમને બધાને બહુ ડર લાગે છે કે હવે શું થશે?"

બીજું તેને શંકા પડી છે કે ટુરિસ્ટમાંથી કોઈકે ટુરની માહિતી બેનરજી સાહેબને પહોચાડી છે. એટલે તેણે મને કહ્યું કે,

"મને ખબર છે. બેનરજી સાહેબનો એક્સપોર્ટ એન્ડ ઇમ્પોર્ટનો ધંધો તો દેખાવનો છે કામ તો બીજું જ કરે છે. તેના કોઈ ઓફિસર અત્યારે તેની ઓફિસમાં દેખાતા નથી. તમે કોઈએ તો કોઈ વાત કરી નથી ને?"

મેં કહ્યું, "મને જ ક્યાં ખબર હતી કે હું કઈ વાત કરું કે તમે અમને બધાંને છેતરીને અપહરણ કરી અહીયાં લઈ આવશો. અમે બધાંએ હાથે કરીને ઉઠ પાણા પગ ઉપર કયું છે. અમારું ને અમારા કુટુંબનું શું થશે? એજ ચિંતા અમને બધાને રાતદિવસ થાય છે."

એ શાંત રહ્યો એટલે મેં તેને કહ્યું "તું આટલો બધો બેનરજી સાહેબ અને તેની ટીમથી ડરે છો શું કામ?" તો તેણે ઘાંટો

પાડી મને કહ્યું "ડોક્ટર હવે તું મરવાનો થયો છો." એમ કહીને ફોનને કાપી નાખ્યો.

"જુગલભાઈ જ્યારે બેનરજી સાહેબે મિટિંગમાં પૂછ્યું ત્યારે જ મારે, મારી શંકા અને પ્લેન અપહરણની વાત જણાવી દેવાની જરૂર હતી. મેં તમારી કેકમા સંદેશો મુક્યો હતો. મને મારા મિત્રએ ચેતવ્યો હતો કે ક્યાંક તું આ ફ્રી ટુરમાં ફસાઈ ન જતો. એણે મને સલાહ આપી હતી કે પૂરતી તપાસ કર્યા વગર ટુરમાં ન જોડતો. મેં તેની વાત ન માની અને મિટિંગમાં તમને પણ પુરી વાત ન કરી. હું તેમની ધમકીથી બહુજ ડરી ગયો હતો. તેણે ધમકી આપી હતી કે તમારે ટુરમાં જોડાવાનું છે અને આ વાત કોઈને કરવાની નથી. જો મારી સૂચના નહીં માનો તો તમે બરબાદ થઈ જશો. આવી જ ધમકી તેણે બધાંને આપી ટુરમાં આવવા મજબૂર કર્યા હતા. અમે ત્યારે તેનો બદઈરાદો બરાબર સમજી ન શક્યા અને તેની ધમકીને વશ થઈને ફસાય ગયા. અમે બધાંજ ભયથી શૂન્યમનસ્ક થઈ ગયા હતા."

"ડોક્ટર સાહેબ, તમે જરાપણ ચિંતા ન કરો. અમે આવી ગયા છીએ બાકીના ટુરિસ્ટને પણ મળી લેશું. ત્યાં સુધી તમે બધાં માફિયા ચીફ જેમ કહે તેમ કરો. આપણી મુલાકાતની વાતની કોઈ સાથે કે તમે લોકો અંદરોઅંદર પણ ચર્ચા ન કરતા કે તમારા કોઈ વર્તનમાં ફેરફાર ન કરતા, જેથી

માફિયા ચીફને તમારી પર કોઈ શંકા ઉભી થવાનું કારણ મળે."

"જુગલ અપહરણકર્તા બહુ પહોચેલી માયા લાગે છે. પરફેક્ટ પ્લાનિંગ કર્યું છે."

કિલ્લામાં થોડીક ચહલપહલ થતી હોય એવું લાગ્યું એટલે બંને સુરક્ષિત જગ્યાએ સંતાય ગયા.

17.

જુગલકિશોર અને રોનકે કિલ્લાની વ્યવસ્થા જાણી લીધી

જુગલકિશોર અને રોનકે એક પછી એક રૂમના તાળા ખોલીને બધાં જ ટુરિસ્ટને મળી લીધું. બધાં જ ટુરિસ્ટો ગભરાયેલા અને ચિંતામાં હતા કે હવે તે લોકોનું શું થશે? જુગલે દરેકને સાન્ત્વના આપી, હૈયાધારણ આપી કે ચિંતા કરોમાં હવે અમે આવી ગયા છીએ એટલે તમારો અહીયાંથી જલ્દીથી છુટકારો કરાવીને મુંબઈ પાછા મોકલી આપશુ પણ ત્યાં સુધી તમે લોકો થોડીક ધીરજ રાખજો અને માફિયા ચીફને કોઈ જાતની શંકા ન પડે તેવું વર્તન કરજો. જુગલની વાતથી ટુરિસ્ટોના જીવમાં જાણે જીવ આવ્યો હોય તેમ થોડાક રિલેક્ષ પણ થયા. જુગલે જાણ્યું કે મોટાભાગે બધાંની વ્યથા એક સરખી જ હતી. બધાં ફસાય ગયાનાં દુઃખમાં દુઃખી હતા. અત્યારે અફસોસ કરતા હતા કે કોઈ જાતની પૂરતી તપાસ કર્યા વગર ટુરમાં જોડાવાની જરૂર નહોતી. હવે પરિસ્થિતિ તે લોકોનાં હાથમાંથી નીકળીને માફિયા ચીફનાં હાથમાં ચાલી ગઈ હતી. માફિયા ચીફ કહે તેમ કરવા સિવાય તેમની પાસે બીજો કોઈ વિલ્કપ નહોતો.

રોનકે જુગલને કહ્યું “આ લોકો ખરેખર ફસાય ગયા છે અને માફિયા ચીફે દરેક પાસેથી પચાસ ટકા સંપત્તિની માંગણી

કરી છે. એ દ્રષ્ટિ એ જોતાં જેણે પણ અપહરણ કર્યું છે તેણે આ ટુરિસ્ટની પૂરતી વિગત મેળવી લીધી છે. કોઈ વિદેશી માફિયા ચીફ સાથે આપણો કોઈ લોકલ માફિયા પણ જોડાયો હશે એવું મને આ ટુરિસ્ટોની વાત ઉપરથી લાગે છે કારણ કે બધાંને ફ્રી ટુરની લાલચ આપી, ટ્રેપમાં લઈને, પછી ઈમોસ્નલ બ્લેકમેઈલ કર્યા હશે એટલે કદાચ ડોક્ટરની જેમ બીજા બધાંને જોખમ જેવું લાગવા છતાં ટુરમાં જોડવા મજબુર થઈ ગયા. અને અંતે ફસાય ગયા."

"જુગલ એ લોકલ માફિયા કોણ હોઈ શકે? તને કોઈ આઈડિયા આવે છે? મને તો કોઈ નવો અને પ્રથમ વખત પૈસા કમાવા માટે અને ફક્ત ટુરિસ્ટોને શોધી આપવા પૂરતો જ આ ષડયંત્રમાં જોડાયો હોય એવું લાગે છે. કદાચ આ ટુરિસ્ટોને ટુરમાં ખેચી લાવવા પૂરતી જ મદદ કરી હોય અને માહિતી આપી હોય એવું પણ બને. મારા માનવા પ્રમાણે જો કોઈ લોકલ માફિયા હોય તો તેને મુંબઈથી આ આઈલેન્ડ પર આવવું અઘરું છે. વળી મુંબઈથી અહીયાં આવવા માટે એરરુટનો જ ઉપયોગ કરવો પડે કારણ કે કિલ્લામાં જે કોઈ આવે છે એ આવવા-જવા માટે હેલીકોપ્ટરનો ઉપયોગ કરે છે. અહીયા હેલીપેડ હોવાનું એ જ કારણ છે. મને લાગે છે કે આખાય ઓપરેશનનું સંચાલન વિદેશથી થતું હશે. એ માફિયા ચીફ ગમે ત્યારે કિલ્લામાં આવશે તો ખરો જ. આપણે, હવે કિલ્લાની પૂરેપૂરી જાણકારી મેળવી લેવી પડે. ટુરિસ્ટોને અહીં આવ્યાને બે દિવસ તો થઈ ગયા છે. માફિયા

ચીફ અત્યારે તો ટુરિસ્ટો સાથે ફોનથી વાત કરીને ધમકી આપે છે પણ મારું માનવું છે કે ટૂંક સમયમાં આપણી કિલ્લામાં કોઈક સાથે અથડામણ જરૂર થશે, કદાચ એ માફિયા ચીફ સાથે હોય કે પછી તેનાં અહીયાના માણસો સાથે હોય. આપણને મળેલા સમયનો ઉપયોગ કરી લેવો જરૂરી છે.”

જુગલકિશોર અને રોનકે સાવચેતીથી કિલ્લાની માહિતી મેળવવાની શરુઆત કરી. કિલ્લો ચોરસ આકારમાં પર્વતની ટોચને સમથળ કરી તેની ઉપર બાંધ્યો હતો. કિલ્લામાં કોઈ પર્વત ચડીને આવી ન શકે એટલે ફરતી ખાઈ ખોદી હતી. કિલ્લા ઉપર બહુ ઓછા માણસ હોય એવું લાગતું હતું પણ કિલ્લા ઉપરની ફરતી ગોઠવણ એવી રીતે કરી હતી કે દૂરથી એમ જ લાગે કે કિલ્લાની સૂરક્ષા માટે કેટલાય માણસો ગોઠવ્યા છે. કિલ્લામાં પાવર સપ્લાય માટે સોલાર પેનલ લગાડી સોલાર એનર્જીનો ઉપયોગ કરાતો હતો.. કિલ્લામાં જમીન માર્ગેથી આવવા માટે કિલ્લાની બંને વિરૂદ્ધ દિશામાં પગથિયાં બનાવ્યા હતા આ સિવાય બીજો કોઈ કિલ્લામાં આવવા માટેનો કોઈ રસ્તો નહોતો. ગ્રાઉન્ડમાં વચ્ચે હેલીપેડ હતું એટલે માફિયા ચીફ કે કોઈ પણ વ્યક્તિ અહીં આવવા-જવા માટે હેલીકોપ્ટરનો ઉપયોગ કરતું હશે. જંગલના રસ્તે આવવું તો જોખમી હતું જ અને જંગલી લોકોને માફિયા એટલે કે દુષ્ટ માણસ ઉપર ગુસ્સો પણ ઘણો હતો. આથી દરિયાઈ રસ્તાનો અને જમીન રસ્તાનો તો ઉપયોગ થઈ શકે

તેમ નહોતો. માફિયા ચીફ માટે આ વ્યવસ્થા બધી રીતે સુરક્ષિત હતી. કોઈ અહીયાં સરળતાથી પહોંચી શકે તેમ નહોતું. દરિયાઈ રસ્તે કે જંગલમાંથી આવે તો જંગલી મારી નાખે અને આકાશ રસ્તેથી આવવું તો શક્ય જ નહોતું.

રોનકે કહ્યું, "જુગલ આપણને જો જંગલીઓનો સાથ ન મળ્યો હોત તો અહીં સુધી પહોંચવું અતિ કઠિન નહીં અતિ દુષ્કર છે. જે કોઈ માફિયા કે માફિયા ચીફ હોય તેણે જગ્યા તો એકદમ સુરક્ષિત પસંદ કરી છે. આપણી પાસે તો આ માફિયા કે માફિયા ચીફ વિષે કોઈજ માહિતી નથી. રેમ્બો કે મુખીયા પણ આ વિષે કઈ જાણતા નહોતા. આપણને જો રેમ્બોની મદદથી આ જંગલીઓનો સાથ ન મળ્યો હોત તો અહીં સુધી આપણે પહોંચી જ ન શક્યા હોત. જુગલ મને હજી એ નથી સમજાતું કે મારી ભાંગી તૂટી જંગલની ભાષા રેમ્બો અને મુખીયા કેવી રીતે સમજી ગયા અને મદદ કરવા પણ તૈયાર થઈ ગયા. પણ, હવે કિલ્લામાં રહેલા માણસો કે જંગલીઓની, જંગલી ભાષા આપણને નહી સમજાય એટલે મુશ્કેલી ઉભી થવાની પૂરેપૂરી શક્યતા છે. આપણે બહુ સમજી વિચારીને આગળ વધવું પડશે. જો આપણે પકડાય ગયા તો આપણને અહીંથી કોઈ નહી છોડાવી શકે કારણ કે રેમ્બો પણ આપણા સંકેત વગર કિલ્લા ઉપર હલ્લો નહી કરે."

"રોનક તારી જંગલી રેમ્બો અને મુખીયા સાથેની સાંકેતિક ભાષામાં વાત કરવાની આવડતને લીધે આપણે અહીયાં

સુધી પહોંચી શક્યા. બાકી જંગલીઓ કાઈ સમજત નહીં અને તીર કે છરાથી આપણા ઢીમ ઢાળી દેત. એક વાત મને ન સમજાણી કે રેમ્બો આપણે તેને મળીએ એ રીતે આપણી કેડીવાળા રસ્તા પર હતો. ક્યાય આડોઅવળો સંતાયો નહી જેથી આપણી ઉપર છુપાઈને હુમલો કરી શકે.આપણને દૂરથી આવતા તેણે ચોક્કસ જોયા હોવા છતાં હુમલો કરવાને બદલે સહકાર આપવા તૈયાર થયો. ન કોઈ અવાજ કરીને તેના સાથીઓને એકત્ર કર્યા. તને એ જરા વિચિત્ર નથી લાગતું? મને તો એવું લાગે છે કે જાણે મેં તેને ક્યાંક જોયો છે. મને તો તેનું શરીર સૌઠવ આપણા મનોજ જેવું લાગે છે. શું? વેશ બદલીને આપણી સાથે, આપણને મદદ કરવા માટે જાણે એ જોડાયો હોય એવું લાગે છે."

જુગલ, "મને પણ એવું લાગ્યું હતું. પણ એ તો ચીફ સાથે કોઈક કામમાં વ્યસ્ત છે એવું ચીફે આપણને કહ્યું હતું. રેમ્બો જે હોય તે આપણે આ જંગલીઓની મદદની જરૂર હતી એટલે હું ચૂપ રહ્યો. આપણા ચીફની ગતિ ન્યારી છે. ઘણી બાબતો આપણી સમજણ બહારની બનતી હોય છે. જે હોય તે આપણને તો મદદની જરૂર હતી જે મળી ગઈ. અત્યારે એ વિચારવાની જરૂર નથી. જો એ મનોજ હશે તો આગળ ઉપર આપણને ચોક્કસ ઓળખાણ સાથે મળશે. ચીફે તેને કોઈ અગત્યના મિશન ઉપર ગોઠવી દીધો હશે."

"જુગલ માફિયા ચીફની જે અહીયાની વ્યવસ્થા છે અને ટુરિસ્ટો સાથે સ્પિકર ફોનથી વાત કરે છે એ ઉપરથી મને લાગે છે કે અહીયાં કોમ્યુંનીકેશન માટેની વ્યવસ્થા હશે જ? પહેલાં આપણે તેનો સિસ્ટમ રૂમ અને ટાવર શોધી કાઢીએ. આ માફિયા ચીફ અહીયાં રહેતો નથી પણ અહીની વ્યવસ્થાની પળેપળની ખબર રાખે છે. દૂર બેઠો તેના માણસોને સૂચનાઓ આપે છે. આ કામ આપણા માટે થોડુક અઘરું તો છે પણ જોખમ ઉઠાવ્યા સિવાય આપણને કઈ જાણવા નહિ મળે. અને જાણકારી વગર આપણે કોઈ યોજના નહી બનાવી શકીએ."

"રોનક હું પણ એજ વિચારું છું. તો પહેલા સિસ્ટમ રૂમને શોધી કાઢીએ. ત્યાં શું વ્યવસ્થા છે એ જાણી લઈએ."

18.

જુગલકિશોર, રોનકનો સિસ્ટમરુમ ઉપર કબજો

“રોનક, માફિયા ચીફે કિલ્લો તો સુરક્ષિત શોધ્યો છે પણ ક્યાંય કોમ્યુનિકેશન માટેનો ટાવર કેમ દેખાતો નથી? કદાચ રેડિયો કે અન્ય કોઈ સિસ્ટમથી કોમ્યુનિકેશન થતું હશે? ટુરિસ્ટ સાથે વાત માફિયા ચીફ સ્પિકર ફોનથી કરે છે એટલે અહીયાં કોમ્યુનિકેશન માટે એક અલગથી સિસ્ટમરુમ જરૂર હશે જ. સૌ પહેલાં આપણે એ રૂમ શોધી કાઢવો પડશે. તેમજ કિલ્લામાં સોલાર એનર્જીનો ઉપયોગ થાય છે. સોલાર માટેની પ્લેટો પણ એવી રીતે ગોઠવી હશે કે સરળતા કોઈ એ જાણી કે જોઈ ન શકે.આ બધી વ્યવસ્થા છે એટલે ટેલીકોમ્યુનિકેશન માટે કોઈને કોઈ વ્યવસ્થા જરૂર હશે જ. માફિયા ચીફ અહીંથી નહી પણ દૂરનાં કોઈ સેન્ટર કે તેના દેશમાંથી ટુરિસ્ટો સાથે વાત કરે છે. આ કોમ્યુનીકેશન માટે નેટવર્ક સિસ્ટમ હોવી ખૂબ જરૂરી છે.”

કિલ્લાની રુમની લોબીમાં બંને સાવચેતી પૂર્વક આગળ વધતા હતાં. એક નવાઈ એ વાતની હતી કે અહીયાં માણસની અવરજવર નહીવત હતી. દૂર લોબીના છેડે એક રૂમમાંથી આછેરો પ્રકાશ બહાર આવતો દેખાતો હતો. બંને ધીમે ધીમે લોબી પસાર કરીને ત્યાં પહોંચી ગયા. રુમમાંથી

મશીન કે કોઈ કમ્પ્યુટર સિસ્ટમ ચાલતી હોય તેવો ધીમો અવાજ આવતો હતો. ત્યાં સ્પિકરમાંથી કોઈકનો અવાજ સંભળાયો,

"હું ચીફ બોલું છું, ત્યાં કેમ છે બધું? બરોબર છે ને? કોઈને કાઈ જ તકલીફ ન પડે તેનું બરોબર ધ્યાન રાખજો. હું બે દિવસમાં ત્યાં આવું છું. બાકી મેં અગાઉ તમને જે સૂચના આપી છે તે પ્રમાણે તમારે તમામ કામકાજ કરવાના અને ગોઠવવાનાં છે. તેમાં જરાપણ ચૂક ન થાય તેનું ધ્યાન રાખજો. જંગલી સ્ત્રીઓની ટ્રેઈનીંગ બરોબર ચાલે છે ને?અને બીજું કિલ્લા ફરતો ઝાપતો બરોબર રાખજો. ઇન્ડીયામાં ટુરિસ્ટો સાથે પ્લેનનું અપહરણ થયાની વાત તો ચર્ચાય છે અને સમાચાર પણ બધે ફેલાય ગયા છે, છતાં હજી કોઈ કઈ એક્શન નથી લેતું એટલે મને બીક છે કે આપણે ક્યાંક અંધારામાં રહીએ અને કોઈ આપણી સુધી પહોંચી જાય. મારી વાત તને બરોબર સમજાય છે ને? આ ઇન્ડિયાવાળાનો કોઈ ભરોસો નહી ગમે ત્યાંથી તેનો એજન્ટ પ્રગટ થઈ જાય અને આપણો પ્લાન ચોપટ કરી નાખે. મારે આ યોજનાને જલ્દી પૂરી કરી નાખવી છે. મારી ઉપર બધાનું બહુ દબાણ છે."

"ઓકે, ચીફ, હું તમારી વાતને બરોબર સમજી ગયો છું, અને તે પ્રમાણેની વ્યવસ્થા પણ ગોઠવી નાખું છું."

જુગલકિશોરે જોયું તો જ્યાંથી આછેરો ઉજાશ આવતો હતો એ રુમ અધખુલ્લો બંધ હતો. અંદર બે વ્યક્તિ હતી. બીજી કોઈ ચહલપહલ નહોતી. જુગલકિશોર અને રોનક બંને વ્યક્તિની પાછળ જઈને ઉભા રહી ગયા અને સ્લિપિંગ ગેસથી બંનેને બેભાન કરી દીધા. બંનેને બાંધી, મોઢે ટેપ મારી બાજુની રુમમાં પુરી દીધા. સિસ્ટમ રૂમમાં કમ્પ્યુટર સિસ્ટમના અદ્યતન સાધનો હતા એટલે જે કોઈએ અપહરણનું પ્લાનિંગ કર્યું છે એ ટેકનોલોજીનો અચ્છો જાણકાર છે અથવા તો અહીના માણસો ટેકનોલોજીમાં એક્ષ્પર્ટ હશે કારણ કે બે જ વ્યક્તિ આખીય સિસ્ટમ ઓપરેટ કરતી હતી. તેમની ભાષા જરા સમજાય એવી ને પરિચિત લાગી.

જુગલે કહ્યું “રોનક હવે આ તારો વિષય છે. મને તો આ ટેક્નોલોજીમાં કોઈ જ ટપ્પો નહીં પડે. અહીની સિસ્ટમ અદ્યતન છે એટલે પહેલા તું સિસ્ટમને સમજી લે અને શક્ય બને તો બેનરજી સાહેબને હકીકતથી વાકેફ કરી દઈએ. ઘણા વખતથી ચીફ સાથે વાત પણ નથી થઈ કે ચીફનો કોઈ સંદેશો પણ નથી મળ્યો.”

રોનક આઈ. ટી. એન્જીનીયર હતો. સિસ્ટમ જુદા જુદા પાસ વર્ડથી ઓપરેટ થતી હતી. સિસ્ટમ ઉપર જે વ્યક્તિ બેઠી હતી તેણે બેભાન થતા પહેલા સિસ્ટમ લોક કરી દીધી હતી જે પાસ વર્ડ વગર અનલોક ન થાય એટલે એ વ્યક્તિ ભાનમાં આવે ત્યાં સુધી કાઈજ થઈ શકે તેમ નહોતું. એટલે

સિસ્ટમરૂમનો કબજો મળ્યો પણ પાસ વર્ડ જાણ્યા સિવાય કોઈ કામ સિસ્ટમ દ્વારા થઈ તેમ નહોતું.

"જુગલ આ અદ્યતન સિસ્ટમ છે જે બે રીતે ઓપરેટ થતી હોય તેમ લાગે છે. એક રેડિયો વેવ્ઝ દ્વારા અને બીજી નેટવર્ક દ્વારા એટલે નેટવર્ક માટે આટલામાં જ ક્યાંક ટાવર તો હોવો જોઈએ. ટાવર એન્ટેના વગર કોઈપણ જાતનું કોમ્યુનીકેશન શક્ય નથી."

"જુગલ તું આ બંને માણસો ભાનમાં આવે ત્યાં સુધી તેનું ધ્યાન રાખજે. કોઈ સંદેશો આવે તો કાંઈ જ જવાબ ન આપતો કે સિસ્ટમને ટચ ન કરતો. હું ટાવર માટે શું વ્યવસ્થા છે તેની તપાસ કરીને આવું છું. પણ સાવચેતી રાખજે. આપણે પકડાઈ જઈશું તો યોજના નિષ્ફળ થઈ જશે".

રોનક રુમની બહાર આવ્યો તો બાજુમાં એક દરવાજો હતો. તેને ખોલીને જોયું તો એ એક રુમ હતો અને ત્યાંથી ઉપર કિલ્લાની અગાસીમાં જવા માટે એક સીડી હતી. સીડી નીચે સ્વિચનું બોર્ડ હતું. રોનકે પાસે જઈને જોયું તો સ્વિચ નીચે લખ્યું હતું ટાવર સ્વિચ. રોનકને સમજાય ગયું કે ટાવરને છૂપો રાખવા માટે ટાવર ફોલ્ડિંગ બનાવ્યો છે જે આ સ્વિચથી જરૂરિયાત સમયે અહીંથી અનફોલ્ડ થઈને ઓપરેટ થાય છે. રોનક મનોમન બોલી ઉઠ્યો કે સાલું કમાલનું ભેજું છે. તેને આનંદ એ વાતનો થયો કે વિપરીત સંજોગોમાં

ટાવરને નકામો બનાવી શકાશે જેથી માફિયા ચીફ તેનો ઉપયાગ ન કરી શકે. રોનકે સ્વિચને ઓપરેટ કરી ટાવર ચાલુ કન્ડીશનમાં છે કે કેમ એ પણ જાણી લીધું. ટાવર બરોબર કામ આપતો હતો. રોનક ટાવર વિષે જે જાણવાનું હતું એ જાણીને ત્યાંથી નીકળી ગયો.

રોનક પાછો આવ્યો તેણે જુગલકિશોરને વાત કરી તે સમય દરમ્યાન પેલી બંને બેભાન વ્યક્તિ ભાનમાં આવી ગઈ હતી. જુગલનાં બે તમાચાથી એ બંને પોપટની જેમ બોલવા લાગ્યો. તેનું પણ મુંબઈથી અપહરણ કરીને અહીં લાવવામાં આવ્યા હતા. બંને ઇન્ડિયાના માફિયા ડોનના માણસો હતા. પણ તેને અહીયાં મોકલનાર ઈન્ડિયાનો માફિયા ડોન કોણ છે એ ખબર નહોતી. તેના ફેમિલીને બંધક બનાવી આ કામ કરવા મજબુર કર્યા હતા. જુગલે બંનેને પરિસ્થિતિ સમજાવી. બંનેને ટુરિસ્ટો સાથે ઇન્ડિયા પાછા મોકલી આપવાનું વચન આપ્યું. બંને માણસો જરૂર પડે સહકાર આપવા તૈયાર થઈ ગયા. રોનકે માસ્ટર પાસવર્ડ સિવાયના બાકીના બધા પાસવર્ડ બદલી નાખ્યા. જેથી માફિયા ચીફ આવે તો તેના માણસ દ્વારા સિસ્ટમ ઓપન થાય પણ આગળ ઓપરેટ ન થાય એટલે માફિયા ચીફને પોતાના માણસ ઉપર શંકા ન જાય.

સિસ્ટમ રુમ ઉપર કબજો કરી લીધા પછી બેનરજી સાહેબનો કોન્ટેક કરવાનો પ્રયત્ન કર્યો પણ બેનરજી સાહેબ

સાથે વાત ન થઈ શકી. બેનરજી સાહેબને અત્યાર સુધીની પરિસ્થિતિનો સાંકેતિક મેસેજ મોકલી દીધો. બંને ઓપરેટરને અહીંની કોઈ પણ સૂચના કે માહિતી માફિયા ચીફને આપવાની ના પાડી અને કહ્યું અહીંના બંધક સાથે તમારો પણ અમે આપેલા વચન પ્રમાણે છુટકારો થઈ જશે, જો તમે બંને પૂરતો સહકાર આપશો તો, અને સહકાર નહીં આપો તો સિસ્ટમ સાથે તમે પણ મૂંગા થઈ જશો, સારું એ તમારું. બંને સહકાર આપવા સહમત થઈ ગયા અને કહ્યું તમારો સંકેત મળે સિસ્ટમ નકામી કરી નાખશું જેથી બીજા કોઈ તેનો ઉપયોગ ન કરી શકે. હવે, તમે અહીંથી જલ્દી ચાલ્યા જાવ ગાર્ડનો ચેકિંગ માટે આવવાનો સમય થઈ ગયો છે.

"જુગલ અહીની આ કમ્પ્યુટર સિસ્ટમ અદ્યતન છે. તેના દ્વારા દુનિયાનાં કોઈ પણ છેડે વાત થઈ શકે છે. હવે સવાલ એ છે કે આ સિસ્ટમનો ઉપયોગ કરવો કે ચીફના સંદેશાની રાહ જોવી? કારણ કે આપણો એક ખોટો સંકેત માફિયા ચીફને સતર્ક કરી દેશે. આપણને ખબર નથી કે માફિયા ચીફની આ સિસ્ટમ ક્યાં ક્યાં જોડાયેલી છે. કોણ કોણ તેનો ઉપયોગ કરે છે?"

19.

જુગલકિશોર, રોનકની માફિયા સાથે પ્રથમ ફોન મુલાકાત

જુગલકિશોર અને રોનક એવા ભ્રમમાં હતા કે કિલ્લામાં ઝાઝા માણસો નથી પણ કિલ્લાનાં અમુક ભાગમાં જુગલકિશોર અને રોનક જઈ શક્યા નહોતા એટલે સિસ્ટમરુમમાંથી નીકળી બીજા રૂમોની તપાસ કરતા હતા.બીજા રૂમમાં પણ કોઈ નહોતું રૂમ ખાલી હતો. બંને ત્યાં આરામથી બેઠા. રૂમમાં ખાદ્ય સામગ્રી પડેલી હતી. નવાઈ તો લાગી પણ કદાચ એ ખાદ્ય સામગ્રી સિસ્ટમરૂમમાં કામ કરતા લોકો માટે હશે એવું બંને લાગ્યું. બંનેને કકડીને ભૂખ લાગી હતી. બંને સતત દોડધામથી થાકી ગયા હતા એટલે ત્યાં પડેલી ખાદ્ય સામગ્રી ખાવાની ઈચ્છા બંનેને થઈ ગઈ હતી. બંને દ્વિધામાં હતા અને વિચારતા હતા કે શું કરવું? એક વિચાર એવો પણ આવ્યો હતો કે માફિયા ચીફે આપણને પકડવા માટેનું તો આ છટકું ગોઠવેલ નહી હોય ને? પણ ભૂખે એ વિચાર પર કાબુ મેળવી લીધો હતો.

"જુગલ કકડીને ભૂખ લાગી છે. અહીયાં કોઈ દેખાતું નથી. આ સામે પડેલી ખાદ્ય સામગ્રીનો ઉપયોગ કરીએ, તારો શું વિચાર છે? પેટ પૂજા કર્યા વગર હવે આગળનું કામ મારાથી તો નહિ થાય. વળી અહીયાં કોઈ દેખાતું પણ નથી. આપણે

નાસ્તો પતાવીને જલ્દીથી અહીંથી નીકળી કિલ્લામાં કોઈ સુરક્ષિત જગ્યા શોધી લેશું. તને ભૂખ નથી લાગી?"

"રોનક મને પણ ભૂખ તો કકડીને લાગી છે અને થાકી ગયા છીએ. પેટ પૂજા કરીને સુરક્ષિત જગ્યા એ પહોંચી થોડોક આરામ કરી આગળનો પ્લાન વિચારીએ અને શક્ય બને તો ચીફ સાથે વાત કરીને આગળનો પ્લાન વિચારીએ." બંનેને ભૂખ બહુ લાગી હતી એટલે બીજું કઈ પણ વિચાર્યા વગર પેટ પૂજા કરી લીધી.

જુગલકિશોર અને રોનક જાગ્યા ત્યારે બાંધેલી હાલતમાં એક રુમમાં પુરાયેલા હતા. બંને વિચારમાં પડી ગયા કે આમ કેમ બન્યું? ખાદ્ય સામગ્રી કે પાણીમાં ઘેનની દવા નાખેલી હશે? બંને યાદ આવ્યું કે નાસ્તો કર્યા પછી આંખો ઘેરાવા લાગી હતી અને ક્યારે ઊંઘ આવી ગઈ એ ખબર ન રહી. હવે સમજાયું કે અજાણ્યાં એરિયામાં નાસ્તો કરવાની ભૂલ ભારે પડી. નાસ્તો કરવાની જરૂર નહોતી.

"જુગલ આપણે સાવચેતીમાં ચૂક કરી તેથી પકડાઈ ગયા. આ અંધારિયા રુમમાં કાઈ દેખાતું પણ નથી. બહાર પણ બધું સૂમસામ લાગે છે. આપણે ક્યાં છીએ એજ ખબર નથી પડતી. આપણી હાજરીની માફિયા ચીફને ગંધ આવી ગઈ લાગે છે એટલે તેણે આપણને પકડવા માટે જ છટકું ગોઠવ્યું હતું અને આપણી બેદરકારીથી આપણે અહીં પહોંચી ગયા.

આપણે મકાઉ આઈલેન્ડ પર છીએ કે બીજે ક્યાંક એ પણ ખબર નથી. આપણે અહીં આવ્યા પછી રેમ્બોનો પણ સંપર્ક કર્યો નથી. રેમ્બો પણ આપણને શોધે તો કેવી રીતે શોધે. આપણે રેમ્બોને આપણે સંકેત ન આપીએ ત્યાં સુધી કિલ્લા પર હલ્લો કરવાની પણ નાં કહી હતી. એ પણ આપણા સંકેતની રાહ જોઈને બેઠો હશે."

"રોનક તારી શંકા સાચી છે. કિલ્લામાં આપણી હાજરી કોઈ જાણી ગયું છે અને આપણને પકડવાનો પ્લાન કર્યો હશે. આપણે તેના પ્લાન પ્રમાણે નાસ્તો કરવાની ભૂલ કરી બેઠા, હવે જોઈએ કે આગળ શું થાય છે. અત્યારે તો આપણે ક્યાં છીએ એજ ખબર નથી. કઈ વાંધો નહિ પડશે એવા દેવાશે. પણ હવે પછી આવી ભૂલ નહીં કરવાની અને પૂરતી સાવચેતી રાખવાની."

"પણ જુગલ પહેલાં તો આપણે અહીંથી છુટવાનો રસ્તો અને પ્લાન કરવો પડશે. અહીંથી છૂટ્યા વગર આપણે કઈજ કરી શકવાના નથી."

બંને આમ વાત કરતા હતા ત્યાં રુમનું બારણું ખુલ્યું "ચાલો ચીફ બોલાવે છે." એમ કહી બંનેને એક રુમમાં લઈ જઈને બહારથી રુમ બંધ કરી દીધો. આ રુમમાં પણ અંધારું હતું. જરા પણ દેખાતું નહોતું. બંને એમને એમ ઉભા રહ્યા, શું! થાય છે એ જોવા માટે.

દશેક મિનિટ બાદ રુમમાં ઝાંખો લાઈટનો પ્રકાશ થયો. જુગલકિશોર અને રોનકે જોયું તો સામે રુમની દીવાલ ઉપર એક કેમેરો અને નીચે સ્પિકર હતું. ત્યાં ફક્ત બે ખુરશી પડી હતી. બાકી રુમમાં બે ખુરશી સિવાય કાઈ જ નહોતું. બંને વિચાર કરતા ઉભા હતા કે ખુરશી પર બેસવું કે નહિ. માફિયા ચીફની કોઈ બીજી સાઝિશ તો નહી હોય ને? હવે જે કઈ પગલું લેવું છે એ વિચારીનેજ લેવું છે.

બંને વિચારતા ઉભા હતા. ત્યા, દીવાલમાં લગાડેલ સ્પિકરમાંથી અવાજ આવ્યો. "તમે બંને ખુરશી ઉપર સ્થાન ગ્રહણ કરો. એ સામાન્ય ખુરશી છે. તમને નુકશાન કે ઈજા નહિ કરે. હવે મને એ કહો તમે કોણ છો? અહીં કેમ આવ્યા છો? શું કામથી આવ્યા છો? અહીયા સુધી પહોચવા માટે આ જંગલીઓને કેવીરીતે સમજાવ્યા? આ બધાંજ પ્રશ્નોના ઉત્તર આપો. અહીં સુધી કોઈજ આવી શકે એ શક્ય જ નથી તો તમે બંને કેવી રીતે અહીં અને એ પણ કિલ્લામાં સુરક્ષિત રીતે પહોચ્યા? સાચું બોલશો તો તમને મારા તરફથી કોઈ નુકશાન પહોચાડવામાં નહી આવે પણ ખોટું બોલશો તો અહીંથી પાછા નહિ જઈ શકો એ નક્કી છે. તમારે જીવવું છે કે મરવું છે એ તમારા હાથમાં છે."

જુગલકિશોરે કહ્યું, "અરે! અમે કોણ છીએ એ તારે જાણવાની શું! જરૂર છે? પહેલાં એ કહે તું કોણ છો? ક્યાંથી

બોલે છો? સામે આવીને વાત કર? અમે તારા કોઈ જ સવાલના જવાબ આપશું નહીં. તારાથી થાય તે કરી લે."

"તારી એક વાત અમને નથી સમજાતી કે જે લોકોના તે અપહરણ કર્યા છે તેમાં ચાર ડોક્ટર, ચાર જુદી જુદી શાખાનાં વૈજ્ઞાનિક, આઠ લિડિંગ બિઝનેસમેન અને ચાર વ્યક્તિ અલગ અલગ રીતે પણ સામાજિક રીતે પ્રતિષ્ઠિત વ્યક્તિઓ છે. આ બધાનું તું શું કરવા માંગે છો? આ લોકો તને શું કામ લાગવાના છે? કે પછી પૈસાપાત્ર છે એટલે તે એ લોકોનું અપહરણ કર્યું છે? તારો બિઝનેસ શું છે? તારે આ બધાં સવાલના જવાબ અમને આપવાના છે?

"અરે! તું મને સવાલ કરે છો? તને ખબર નથી હું કોણ છું. તું તારી ઓળખાણ નહીં આપે તો પણ હું મેળવી લઈશ. તારી વાત તો સાચી છે. આ લોકો મારે કોઈ કામના નથી પણ જો હું એક જ સમુહને આ ટૂરમાં જોડાવાનું કહું તો એ ન જોડાય.એટલે મેં આ લોકોને આઈલેન્ડનાં વિકાસના બહાને ટૂરમાં આવવા માટે તૈયાર કર્યા. બાકી મને તો તેની સંપતિમાં રસ છે એ લોકોમાં નહિ. તેમજ આ લોકોએ ખુબ સંપતિ ભેગી કરી છે. તેમાંથી હું અડધી લઈ લઉં તો તમને લોકોને શું વાંધો છે?" સ્પિકરમાંથી અવાજ આવતો બંધ થઈ ગયો.

થોડા સમય પછી રુમનો દરવાજો ખુલ્યો બંનેને પકડીને પાછા રુમમાં પુરી દીધા.

“રોનક આપણું અનુમાન સાચું લાગે છે. આ આઈલેન્ડ પર કોઈ વિદેશી માફિયાએ જંગલીઓને બંધુકના નાળેચે વશ કરી લીધા છે. જંગલીઓમાં એવો ભય ફેલાવી દીધો છે કે કોઈ તેનો વિરોદ્ધ કરે નહીં. કિલ્લામાં પણ આ જંગલીઓ પાસે જ સુધારા વધારા કરાવ્યા હશે. પછી જંગલીઓમાં ભય ફેલાવી પોતાનું સામ્રાજ્ય સ્થાપી અને માફિયા પ્રવૃત્તિ ચાલુ કરી દીધી હશે. માફિયા ચીફ ઘણો ચાલક છે. કોઈને સ્વપ્નમાં પણ શંકા ન પડે કે અહીં આવી પ્રવૃત્તિ થતી હશે. આપણે કંઈક રસ્તો વિચારવો પડશે. અત્યાર સુધી આપણને જે માહિતી મળી એ ઉપરથી એક વાત તો નક્કી છે કે માફિયા ચીફ ચાલક અને શક્તિશાળી છે. તેની પાછળ કોઈ વિદેશી સત્તાનો હાથ અને ટેકો હોય શકે. આપણા દેશની પ્રગતિ ઘણા લોકોના મનમાં ખુંચે છે. આ મકાઉ આઈલેન્ડ પસંદ કરવા પાછળનું કારણ હવે મને સમજાય છે. એક તો જંગલીઓ કોઈને આ આઈલેન્ડ ઉપર આવવા દેતા નથી. બીજું આપણી તરફથી પણ આ આઈલેન્ડ ઉપર વ્યવસ્થિત ધ્યાન અપાયું નથી. તેમજ દરિયાઈ માર્ગે આ આઈલેન્ડ પર આવવું દુષ્કર છે. આ બધી બાબતોનો લાભ માફિયા ચીફે લીધો છે. માફિયા ચીફ દૂરથી પણ અહીની વ્યવસ્થા પર ધ્યાન આપી શકે એવી ગોઠવણ કરી લાગે છે. એટલે તો માફિયા ચીફે અદ્યતન કમ્પ્યુટર સિસ્ટમ ગોઠવી છે.”

"જુગલ આમ હાથ જોડીને કે આપણી ભૂલ વિષે વિચારવાથી કોઈ રસ્તો નહિ મળે. આપણે રૂમના ઝાંખા પ્રકાશમાં શાંત ચિત્તે ખાંખાખોળા તો કરીએ, કદાચ અહીંથી બહાર નીકળવાનો કોઈ રસ્તો મળી આવે. આ કિલ્લો જુનો પુરાણો લાગે છે એટલે જેમ દરેક કિલ્લામાં હોય છે તેમ અહીં પણ ક્યાંકને ક્યાંક એવી છૂપી જગ્યા હશે જ કે જ્યાંથી ગુપ્ત રીતે બહાર નીકળી શકાતું હોય. કદાચ એ ગુપ્ત વ્યવસ્થા આ રૂમમાં પણ મળી આવે.

જુગલકિશોર અને રોનકે રૂમમાં કોઈ છૂપો રસ્તો હોય તો તેને શોધવાનાં પ્રયત્ન શરુ કરી દીધા. માફિયા ચીફે જુગલકિશોર અને રોનકને રૂમમાં પૂરી દીધા હતા પણ બંધન મુક્ત રાખ્યા હતા. માફિયા ચીફ એવા વહેમમાં હતો કે અહીયાથી કોઈ ભાગી શકે એવી કોઈ શક્યતા જ નથી.

20.
જુગલકિશોર, રોનકની માફિયા ચીફને ઓળખ થવી

જુગલકિશોર અને રોનકે ક્યાંય સુધી રૂમમાં તપાસ કરી પણ બહાર નીકળવા માટેનો રસ્તો ન મળ્યો. બંને થોડાક નાસીપાસ થઈ ગયા. બંને વિચારવા લાગ્યા કે જો અહિયાથી બહાર નહી નીકળી શકીએ તો મિશન કેવી રીતે પૂરું કરી શકીશું. અત્યારે તો બહાર નીકળવાનો કોઈ રસ્તો દેખાતો નથી.

"જુગલ આજે આપણી અજ્ઞાત માફિયા ચીફ સાથે સ્પિકર ફોન પર મુલાકાત થઈ. તેની વાત ઉપરથી તો એમ લાગ્યું કે તે આપણને ઓળખી નથી શક્યો. આપણે તેને જોઈ નહોતા શકતા પણ એ તો આપણને કેમેરા વડે જોઈ શકતો હતો. છતાં ન ઓળખી શકે એ મને માનવામાં આવતું નથી. એક વાત છે જો એ વિદેશી હોય અને એકલો હોય તો ન ઓળખી શકે એ સ્વાભાવિક છે. તે જે જવાબ આપ્યા એનાથી એ વધારે ગુસ્સે થયો હશે. મને લાગે છે કે આજે જ આપણી ફરી મુલાકાત માફિયા ચીફ સાથે થશે. એ સમય દરમ્યાન આપણે કાંઈક વિચારી રાખીએ. મારું માનવું છે કે જે રીતે તેણે ગણતરી પૂર્વકની ટુરિસ્ટની પસંદગી કરી છે એ ઉપરથી લાગે છે કે તેનો મુખ્ય બિઝનેસ ખંડણી વસૂલીનો હશે.

માફિયા ચીફ જંગલી સ્રીઓને શું? કામ પકડીને કિલ્લામાં લાવે છે એ સમજાતું નથી. જંગલી સ્રીઓ તેને ઉપભોગ સિવાય બીજા શું? કામ આવે? માફિયા જંગલી સ્રીઓનો ઉપભોગ સિવાય બીજો શું ઉપયાગ કરે છે એ પણ જાણવું જરૂરી છે. પણ, કેમ અને કેવી રીતે?"

"રોનક તારો તર્ક સાચો છે. આપણને એ ચોક્કસ ઓળખી જશે. જે રીતની કમ્પ્યુટર સિસ્ટમ અહીં છે એ રીતે તેનું નેટવર્ક બહુ મોટું હશે. એટલે એ ચોક્કસ આપણને ઓળખી તો જવાનો જ છે.પણ તેનાથી આપણને ફાયદો અને નુકશાન બંને થઈ શકે છે. ફાયદામાં એ અહીં આવવાનો તુર્તજ પ્રોગ્રામ કરે અને નુક્શાનમાં, આ અપહત ટુરિસ્ટને અહીંથી બીજે ક્યાંક લઈ જાય. કારણ કે ખંડણી વસુલ્યા વગર એ ટુરિસ્ટને છોડશે નહી એ નક્કી છે. જો કે મને પહેલો વિકલ્પ લેશે એમ લાગે છે."

"જુગલ મને એક વિચાર આવે છે. આપણને પ્લેન અને આપણો સાથીદાર ચેતન બંને મળી ગયા છે તો માફિયા ચીફ અહિયાં આવે તે પહેલા પ્લેનમાં ટુરિસ્ટોને મુંબઈ મોકલી દઈએ અને પછી આ માફિયા ચીફનો ખાતમો કરી નાખીએ. તને કેમ લાગે છે મારો વિચાર? આ ટુરિસ્ટો જો અહીયા હશે તો માફિયા ચીફ તેનો ઢાલ તરીકે ઉપયોગ કરશે."

"રોનક એક રીતે તારી વાત વિચારવા લાયક છે. પણ આ માફિયા ચીફ બહુ પ્લાનિંગથી ચાલે છે એટલે તેણે પ્લેન પણ કોઈ અહીંથી ઉડાડી ન જાય તેની પૂરતી વ્યવસ્થા કરી રાખી હશે. તને ખબર છે ચેતને આપણને કહ્યું હતું `કે માફિયાના માણસો તેની ઉપર પણ નજર રાખે છે.` કદાચ કોઈ જો પ્લેન માફિયા ચીફની જાણ બહાર અહીંથી ટેકઓફ કરે તો પ્લેનને હવામાં જ ઉડાડી દેવા માટેની કોઈ વ્યવસ્થા પણ પ્લેનમાં ગોઠવી રાખી હોય.પ્લેનમાં પણ રિમોટ સેન્સર કંટ્રોલ બોમ્બ ગોઠવી રાખ્યો હોય એવી શક્યતા પણ નકારી ન શકાય. એટલે અત્યારે ટુરિસ્ટોને અહીંથી મોકલવાનો વિચાર જોખમી પુરવાર થાય. આપણે કોઈ બીજો જ વિલ્કપ વિચારવો પડશે."

આમ બંને ધીમી ધીમી વાત કરતા હતા ત્યાં રૂમનો દરવાજો ખુલ્યો અને એક માણસ બંનેને લઈ જવા આવ્યો.

જુગલકિશોર અને રોનકનો તર્ક સાચો પડ્યો. માફિયા ચીફ જુગલકિશોર અને રોનકને ઓળખી ગયો હતો કે આ બંને ઇન્ડિયાના સુપર જાસૂસ છે. રુમનો દરવાજો ખુલ્યો, જુગલકિશોર અને રોનકને ફરીથી રુમમાંથી લઈ જઈને એજ ફોનવાળા રુમમાં પુરી દીધા. પણ આ વખતે જુગલકિશોર અને રોનક માનસિક રીતે સંપૂર્ણ સ્વસ્થ હતા. બંને એ નક્કી કર્યું હતું કે માફિયા ચીફની ઓળખ તો આજે મેળવી જ લેવી છે.

થોડા સમય પછી સ્પિકર ફોનમાંથી અવાજ આવ્યો "આવો, આવો, મિસ્ટર જુગલકિશોર નંબર વન ઇન્ડિયન જાસૂસ અને નંબર ટુ ઇન્ડિયન જાસૂસ રોનક. તમારું સ્વાગત છે. ભલા માણસ મારે તો બગાસું ખાતા મોઢામાં પતાસું આવી ગયું. વીસ અપહૃત ટુરિસ્ટ અને ઇન્ડિયાના બે ટોપ જાસૂસના બદલામાં મને હવે ઘણા પૈસા મળશે. તમે અહીં સુધી તો પહોંચી ગયા આ બીકણ અને ભલા જંગલીઓને ભોળવીને પણ હવે સવાલ એ છે કે પાછા કેવી રીતે જશો? અહીં તો મારી સંમતિ વગર ચકલું યે ફરકી શકતું નથી. સારું, અમે તમારી સારી રીતે મહેમાન ગતિ કરીશું. હવે એ કહો કે શું! શું! માહિતી મેળવી છે? બાકી કોઈ ખૂટતી માહિતી જોઈતી હોય તો એ હું આપી દઉં કારણકે હવે તમે અહીંથી મારી રજા સિવાય ક્યાય જઈ શકવાના નથી કે અહીંથી છટકી શકવાના નથી."

"તમને નવાઈ લાગતી હશે કે તમો બંને અહીં સુધી પહોંચી ગયા છો એ ખબર મને કેવી રીતે પડી હશે? તો તમારી મૂર્ખાઈથી. જંગલમાં ગયેલા મારા માણસો પાછા ન આવ્યા. મને ખબર છે કે આ જંગલીઓ મારા માણસોનો સામનો કરી શકે તેમ નથી તો પછી મારા માણસો જંગલીઓને પકડીને પાછા કેમ ન આવ્યા? વિચારતા મને સમજાય ગયું કે જંગલી માણસોની મદદ માટે અહીં કોઈક આવ્યું છે. એ સિવાય જંગલીઓ આટલી હિમત ન કરે. તમારા દેશમાં આ વીસ ટુરિસ્ટનું અપહરણ થયું છે એ વાત જોરશોરથી ચર્ચાય છે.

એટલે મને શંકા તો હતી જ કે ઇન્ડિયન ગવર્નમેન્ટ શાંત બેસી રહે એવી નથી. બસ આ વિચારે મને બધી વાત સમજાય ગઈ."

"તમને મારા માણસો કિલ્લામાં આંટા મારતા જોઈ ગયા હતા. પણ ત્યારે તમારી મને પૂરી ઓળખાણ નહોતી થઈ એટલે તમે શું કામ આવ્યા છો? એ જાણવા તમને આરામથી કિલ્લામાં ફરવા દીધા. તમે પ્લેન પાસે ગયા, ત્યાં મારા માણસ સાથે અથડામણ થઈ. પછી તમે ટુરિસ્ટને મળ્યા. એટલે મને ખાતરી થઈ ગઈ કે તમારો ઈરાદો સારો નથી આથી તમે સિસ્ટમ રુમમાં જશો જ તેવા અનુમાને નાસ્તામાં ઘેનની દવા ભેળવી મારા માણસો તમારા આવવાની રાહ જોતા હતા. બાકીની વિગત તો તમે જાણો છો. તમને એમ થશે કે આ બધું રહસ્ય મેં શું કામ જણાવી દીધુ. તો સાંભળો, તમે અહીંથી મારી ઈચ્છા વગર જીવિત તો પાછા જવાના નથી એટલે હું તમારી ગવર્નમેન્ટ પાસેથી તમારા બદલામાં તગડી રકમ માંગીશ અને મને મળશે. તમારી ગવર્નમેન્ટને આપવી પડશે. અને જો નહીં આપે તો ભારતે તેના બે સુપર જાસૂસ ગુમાવવા પડશે. હવે તમે આરામ કરો. આપણે પછી મળીશું. હવે તમારે માહિતી મેળવવા માટે ક્યાય હવાતિયા મારવાની જરૂર નથી."

જુગલકિશોરે કહ્યું "માફિયા ચીફ તે અમારો ઓળખાણ તો કરી લીધી, હવે તારી ઓળખ તો આપ. તું એમ માને છે કે તું

અમને ઓળખી ગયો એટલે જંગ જીતી ગયો. ત્યાંજ તારી ભૂલ થાય છે. તું વિચાર તો ખરો કે તે અમારા વખાણ કર્યા અમારા વિશેની માહિતી મેળવી એ ઉપરથી તો તને ખબર પડી ગઈ હશે કે અમે કેટલા જોખમી છીએ. તો તું એકવાર શાંત મને વિચાર કે અમે આટલા જોખમી છીએ તો અમારા ચીફ કે જેનાથી તું ડરી ગયો છો એ કેટલા જોખમી હશે. તું એમ માને છે કે તે અમને પકડી લીધા એટલે તું માંગે એટલા પૈસા મળશે. એ તારી માન્યતા ભૂલ ભરેલી છે. અરે! અમારા ચીફ તો તારો અને તને મદદ કરનારાનો પણ સોદો કરી નાખે એવા છે. તને તો આખી દુનિયા શોધતી હશે એટલે અમને તો તારી ખૂબ ઉંચી કિમત મળશે.આ તો અમારી ભૂલથી પકડાય ગયા બાકી અમને પકડવાની તારી હેસિયત નથી. તું હજી અમને અને અમારા ચીફને પૂરી રીતે જાણતો નથી એટલે આ ડીંગો મારે છો. ગોખલામાં છુપાઈને ફિસયારી મારે છો. એક વખત સામે આવ તો ખબર પડે તારામાં કેટલી તાકાત છે.”

જુગલકિશોરની વાતથી માફિયા ચીફ એકદમ ગુસ્સે થઈને તેના માણસોને બોલાવ્યા અને સૂચના આપી લઈ જાવ આ બંને રાસ્કલને અહીયાંથી. તેના હાથ પગ બાધી દેજો અને બંનેને હું ખાવા પીવાનું આપવાનું ન કહું ત્યાં સુધી કઈ જ આપવાનું નથી. તેની ઉપરનો જાપ્તો વધુ કડક કરી નાખો. તમે આ બંનેને નથી જાણતા આ બંને ભારતનાં સુપર જાસૂસ છે અને બહાદુર અને ચાલક છે. આપણી કસ્ટડીમાંથી છટકીને

ભાગી ન જાય તેનું પૂરતું ધ્યાન રાખજો. હું આગળની સૂચના પછી આપું છું.

સ્પિકર ફોનમાંથી અવાજ આવતો બંધ થઈ ગયો. જુગલકિશોર અને રોનકે સ્મિત સાથે એક બીજા સામે જોયું. "જુગલ તે માફિયા ચીફને ગુસ્સે કર્યો છે. જોઈએ તેનું શું પરિણામ આવે છે. મને લાગે છે એ જો કોઈ આડુંઅવળું પગલું ભરે અને અહિયાં આવવાની યોજના જલ્દી બનાવે, તો એ આપણા ફાયદામાં થાય."

21.
જુગલકિશોર, રોનકને છૂટવામાં અજાણ્યા વ્યક્તિની સહાય

જુગલકિશોર અને રોનકને આ વખતે માફિયા ચીફની સૂચના પ્રમાણે બાંધીને પાછા એજ અંધારિયા રુમમાં પૂરી દીધા. આ પહેલાં રુમને તાળું મારીને વ્યક્તિ જતી રહેતી હતી. પણ આ વખતે માફિયા ચીફને બંનેની ઓળખ થઈ જતા બહાર એક બંધુકધારી ગાર્ડને ચોકી માટે મૂકી દીધો હતો. જેથી આ બંને ભાગી જવામાં સફળ ન થાય. કારણ કે માફિયા ચીફ આ બંનેની બહાદુરી અને નિશાન કુશળતાને સારી રીતે જાણતો હતો. માફિયા ચીફને જુગલકિશોર અને રોનકના બદલામાં ભારતીય પ્રશાસન પાસેથી બહુ મોટી રકમ મળવાની આશા હતી. જુગલકિશોર અને રોનક પકડાય ગયા એટલે એ બહુ ખુશ હતો.

"જુગલ આપણી ઓળખ થઈ ગઈ છે એટલે જે કોઈ માફિયા ચીફ છે તેની નજર આપણી ઉપર સતત રહેશે. વળી બહાર ગાર્ડને ચોકી માટે મૂકી દીધો છે. આપણી થોડીક ગફલતથી આપણી બાકીની યોજના ઊંધી ન વળી જાય તેનું ધ્યાન રાખવું પડશે. બીજું અહીં સીસી. ટીવી. કેમેરા હોવા જોઈએ. ભૂલથી નાસ્તો કરવા સિવાય આપણે ક્યાંયે પકડાય જઈએ એવું એકશન કર્યું નથી. અહીંથી બહાર નીકળવું અઘરું

છે. પણ કોઈક મદદ મળે કે આપણને અહીંથી નીકળવાની તક મળે તેની રાહ જોવા જેટલો સમય આપણી પાસે નથી. રેમ્બોનો પણ સંપર્ક થઈ શકે તેમ નથી. એ પણ આપણી ચિંતા કરતો હશે. પોતાની બુદ્ધિથી કોઈ નિર્ણય લઈને આગળ વધે તો સારું. ગમે તેમ કરીને કિલ્લામાં ઘૂસી શકે તો કદાચ આપણી સુધી પણ પહોંચી શકે. આપણે રેમ્બોને બહુ જાણતા નથી એટલે જે થાય તે ખરું. મને રેમ્બો હોશિયાર,ચપળ અને ચાલાક લાગ્યો છે. એ સાવ નવરો નહી બેઠો હોય કોઈક રસ્તો કાઢીને આપણી સૂધી જરૂર પહોંચી જશે."

"રોનક આપણને કોઈ અણધારી મદદ મળે કે કોઈ ચમત્કાર થાય તેની રાહ જોવા સિવાય બીજો કોઈ રસ્તો જ આપણી પાસે નથી. આપણે આ રૂમમાં પણ બધી તપાસ કરી લીધી. અહીંથી બહાર નીકળવાનો કોઈ ગુપ્ત રસ્તો આપણને નથી મળ્યો. તું તારું જાસૂસી મગજ કામે લગાડ હું પણ કંઈક વિચારું છું. આવી પરિસ્થિતિનો આપણે ભૂતકાળમાં ઘણી વખત સામનો કરી ચુક્યા છીએ એટલે હિંમત હારવા જેવી કોઈ પરિસ્થિતિ ઉભી થઈ નથી."

બંને પોત પોતાની રીતે મગજને કસવામાં વ્યસ્ત થઈ ગયા. આવી પરિસ્થિતિ ભૂતકાળમાં પણ ઘણી વખત ઉભી થઈ હતી ત્યારે કંઈક કે કંઈક રસ્તો મળી જતો. "રોનક આપણે અહીંથી માફિયા ચીફ આવે તે પહેલાં છટકી જવું પડે. કારણ કે હવે આપણને અહીયાં ન પણ રાખે અને અહીંથી

બીજે ક્યાંક અજાણી જગ્યામાં પુરી દે કે મોકલી દે એવી શક્યા મને વધારે લાગે છે. હવે રેમ્બો અને બીજી બહારની મદદ ઉપર ભરોસો રાખીને ન બેસી રહેવાય. કંઈક રસ્તો તો શોધવા જ પડે. પણ શું! કરવું? એ સમજ પડતી નથી. આપણી આ દશાની ખબર ચેતનને પણ નહિ હોય. અને કદાચ હોય તો પણ એ કેવી રીતે આપણને મદદ રૂપ થઈ શકે. માફિયા ચીફનો માણસ સતત તેની પર નજર રાખતો હશે. અત્યારે તો એ માફિયા ચીફનો માણસ છે. તેના માટે કામ કરે છે."

બંને આમ વિચારવામાં વ્યસ્ત હતા ત્યાં રુમનો દરવાજો ખૂલતો લાગ્યો. બંને ચૂપચાપ સુઈ ગયા હોય તેવો દેખાવ કરી પડ્યા રહ્યા અને આવનાર વ્યક્તિ શું કરે છે એ જીણી આંખથી ધ્યાનથી જોતા રહ્યા.

આવનાર વ્યક્તિ એ થોડા વધુ ઉજાશ માટે પોતાની ટોર્ચની લાઈટ કરી. બંનેને આવનાર વ્યક્તિ દેખાણી પણ તેણે મોઢા ઉપર આખુંય મોઢું ઢંકાય જાય તેવો ફેસ માસ્ક પહેર્યો હતો એટલે એ વ્યક્તિ કોણ છે એ ઓળખી શકાય તેમ નહોતું. આમેય જુગલકિશોર કે રોનક અહીના માફિયા ચીફના માણસોને ક્યાં ઓળખતા હતા કે ખબર પડે કે આવનાર વ્યક્તિ કોણ છે.એ જે કોઈ હોય તે બંને માટે તો આવનાર વ્યક્તિ અજ્ઞાત વ્યક્તિ જ હતી.

આવનાર વ્યક્તિ એક ખૂણામાં ગયો. ભીત ઉપરની એક છૂપી કળને દબાવી, ધીમેથી એક નાનો એવો દરવાજો ખુલ્યો. ફરી તેણે કળ દબાવી એટલે દરવાજો બંધ થઈ ગયો. આવનાર વ્યક્તિએ બીજી કોઈ પ્રતિક્રિયા ન આપી કે ન કઈ જુગલકિશોર, રોનકને પૂછ્યું, પણ આવનાર વ્યક્તિએ ઝડપથી જુગલકિશોર અને રોનકના બંધન છોડી નાખ્યા અને એક નાનકડી ચિઠ્ઠી જુગલકિશોરનાં હાથમાં આપી રુમનો દરવાજો બંધ કરી ઝડપથી બહાર નીકળી ગયો.

જુગલકિશોર વિચારમાં પડી ગયો કે આવનાર કોણ હશે? તે અમને રુમમાંથી બહાર નીકળવાનો ગુપ્ત દરવાજો બતાવીને ચાલ્યો ગયો. અમારી સાથે કોઈ વાત પણ ન કરી. જો એ અમારો હિતેચ્છું હોય તો કઈ વાત તો કરે ને? વળી એ એકલો જ આવ્યો હતો એટલે અમારી સાથે જે કઈ વાત કરે તેની માફિયા ચીફને જાણ થઈ જાય એવી કોઈ શક્યતા કે ભય નહોતો. અમને અહીંથી ભાગી જવાનો રસ્તો બતાવી ફસાવાનો કે ભાગીએ એટલે એન્કાઉન્ટર કરી પર્વતની ખીણમાં ફેંકી દેવાનો પ્લાન તો માફિયા ચીફનો નહીં હોય ને? અમને ગુપ્ત રસ્તો બતાવવાનું કારણ શું હશે? હવે તો આ ચિઠ્ઠીનો સંદેશો વાંચવો પડે અને પછી આ ચિઠ્ઠીમાં લખેલી હકીકત વિષે આગળનું વિચારવું પડે. તેમજ ચિઠ્ઠીની સત્યતા પર પણ ધ્યાન આપવું પડે.

જુગલકિશોરે રૂમમાં જે એકદમ આછી લાઈટ બળતી હતી તેના પ્રકાશમાં ચિઠ્ઠી વાંચવા લાઈટનાં પ્રકાશમાં ધરીને વાચ્યું.

ચિઠ્ઠીમાં લખ્યું હતું "હું કોણ છું એ ન વિચારતા. તમારો હિતેચ્છુ છું. મેં તમને ગુપ્ત દરવાજો બતાવ્યો છે. જે રુમમાંથી બહાર નીકળવા માટેની અતિ ગુપ્તબારી દરવાજો છે. જે કિલ્લાનાં ચોગાનમાં ખુલ્લે છે. તમે તેનો ઉપયાગ રાત્રે બધાંજ સુઈ ગયા હોય ત્યારે પછી જ કરજો. બહાર નીકળી જરૂરી તપાસ કરી પાછા રુમમાં આવી પુરાઈ જજો. તમારા રુમની બહાર હું જ ગાર્ડ તરીકે રહીશ. એટલે કોઈ ચિંતા ન કરતા. આરામથી કિલ્લામાં જરૂરી તપાસ કરજો. કઈ જોખમ જેવું હશે કે લાગશે તો હળવી સિસોટી વગાડીશ. તમે રુમમાં પાછા આવતા રહેજો. આ સિસોટી તમે ઘણીવાર સાંભળી છે. ચિઠ્ઠી વાંચીને ચિઠ્ઠીનાં ઝીણા ઝીણા ટુકડા કરી નાખજો."

ચિઠ્ઠી વાંચીને જુગલકિશોર, રોનક વિચારમાં પડી ગયા. "રોનક, આ અજાણ્યો મદદગાર કોણ હશે? આપણને ગેરમાર્ગે દોરીને ફસાવી તો નહીં દે ને?" પછી બંને એ વિચાર્યું, જે હોય તે અહીં બહાર નીકળવાનો રસ્તો તો મળ્યો. જો તેણે અમને ફસાવવા હોય તો જે અમને ન મળ્યો એ છૂપો રસ્તો ન બતાવે. અને કદાચ માફિયાની કોઈ ફસાવવાની સાઝિશ હશે તો પણ અહીંથી બહાર નીકળવાનો રસ્તો તો મળી જ ગયો છે. કોઈ જોખમ નહિ હોય ત્યારે અહીંથી નીકળીને છુમંતર

થઈ જઈશું. જે તક મળી છે તેનો લાભ લઈ લેવો જોઈએ. આગળ ઉપર પડશે એવા દેશું. તેણે સિસોટીની વાત કરી, કોણ હશે એ?

"રોનક અહીં આપણને એક પછી એક રહસ્યમય બાબતો બનતી અનુભવાય છે. જંગલમાં રેમ્બો આપણને મદદ કરવા તૈયાર થયો. ખૂંખાર જંગલી મુખીયા પણ રેમ્બોની વાત સાથે જલ્દી સહમત થઈ ગયો, બધીજ જાતની મદદ કરી. અને આજે અચાનક અહીંથી બહાર નીકળી સહીસલામત પાછા આવી જવાનો છૂપો રસ્તો કોઈ આવીને બતાવી ગયું. સાલું સમજાતું નથી કે આપણે જાસૂસ છીએ કે પછી કોઈ આપણી જાસૂસી કરે છે. અને એક પછી એક ચક્કરમાં ફસાવે છે. હજી આપણે આપણા મિશનમાં તો એક તસુ પણ આગળ વધી નથી શક્યા કે કોઈ મહત્વની માહિતી પણ નથી મેળવી શક્યા."

"જુગલ આખરે આપણને અહીંથી બહાર નીકળવા માટેની મદદ અને રસ્તો બંને મળી ગયા છે. અત્યારે તો આપણને આ છૂપો રસ્તો બતાવનાર કોણ છે એ વિચારવા કરતા માફિયા ચીફને ફરીથી મળવાનું થાય તે પહેલાં થોડું વિચારી લઈએ. પહેલાં તો ભેદી માણસ જે રસ્તો બતાવી ગયો છે એ બારીવાળું બારણું ખુલે છે કે કેમ એ તપાસી લઈએ."

રોનકે ભેદી માણસે જ્યાં ગુપ્તકળ દબાવીને બારણું ખોલ્યું હતું એ કળ દબાવી તો એક માણસ સહેલાઈથી બહાર જઈ શકે એટલું બારણું ખુલ્યું. રોનકે ફરી કળ દબાવીને બહાર કોઈનું ધ્યાન જાય તે પહેલા ગુપ્ત બારણું બંધ કરી દીધું. બંનેના તન બદન પાછા ઉત્સાહિત થઈ ગયા. બંનેનો વિશ્વાસ અને ઉત્સાહ બેવડાય ગયો હતો.

22.

જુગલકિશોર અને રોનકને જંગલી સ્રીઓનો પત્તો મળ્યો

“જુગલ આપણે મિશન પર નીકળ્યા પછી કોઈનો સંપર્ક થયો નથી. ચીફ સાથે વાત પણ થઈ શકી નથી. આપણો સંદેશો તો ચીફને મળી ગયો હશે. મને લાગે છે ચીફ ગમે ત્યારે આપણો સંપર્ક અવશ્ય કરશે. અહિયાં પણ કોઈ ગતિવિધિ થતી લાગતી નથી. આપણે વાત સાંભળી તે પ્રમાણે માફિયા ચીફ અહિયાં આવવાની વાત કરતો હતો એટલે એ ગમે ત્યારે આવે એવી મને શક્યતા લાગે છે. જુગલ આ યુદ્ધ પહેલાંની શાંતિ તો નથી ને? કારણ કે અત્યાર સુધી આપણી સાથે રહસ્યમય બાબતો બનતી રહી છે.”

“રોનક આપણને અહીંથી બહાર નીકળવાનો ગુપ્ત રસ્તો મળી ગયો છે. જંગલીઓનો મુખીયા આપણને કહેતો હતો કે કિલ્લામાંથી માણસો આવી જંગલી માણસો સાથે જંગલી સ્રીઓને પણ ઉપાડી જાય છે તો આપણને હજી સુધી આ જંગલી સ્રીઓને ક્યાં રાખી છે એ જગ્યા મળી નથી કે કોઈની વાતમાંથી તેનો શું ઉપયાગ કરે છે અથવા ક્યાં રાખી છે એ પણ જાણવા મળ્યું નથી. આપણે અહીંથી ગુપ્ત રસ્તેથી બહાર નીકળી જઈએ એ પહેલાં તપાસ કરીએ જેથી માફિયા ચીફની બીજી ગતિવિધિની ખબર પડે. જંગલનાં મુખીયાને

પણ ખબર નહીં હોય કે તેની અપહરણ કરેલી સ્ત્રીઓનો આ માફિયા ચીફ શું ઉપયોગ કરતો હશે. મુખીયા પાસે હિંમત કે બહાદુરી ગમે તેટલી હોય બંધુકનાં નાળચા પાસે લાચાર થઈ ગયો છે. એટલે તો એ આપણને મદદ કરવા તૈયાર થઈ ગયો હતો."

જુગલકિશોર, રોનક રુમમાંથી ગુપ્ત દ્વાર મારફત બહાર નીકળ્યા. ગુપ્ત રસ્તો ખુલ્લા ચોગાનમાં ખૂલતો હતો. ચોગાનમાં નિરવ શાંતિ હતી. રાત્રીનો સમય હતો. કોઈ જ ચહલપહલ નહોતી. પણ દૂર ખૂણામાં એક રુમનાં બારણાની તિરાડમાંથી ઝાંખો પ્રકાશ આવતો હતો. બંનેને નવાઈ લાગી કે એ રૂમમાં શું ગતિવિધિ થતી હશે? બંને બહુજ સાવચેતીથી રુમની પાસે પહોંચી ગયા. રુમમાંથી ધીમી ધીમી વાતો થતી હોય એવો અવાજ આવતો હતો. વાતો જંગલની ભાષામાં થતી હોવાથી સમજી શકાતી નહોતી. બંને બહુજ સાવચેતીથી બારણા પાસે પહોંચી ગયા.

જુગલકિશોરે રુમના બારણાને હળવો ધક્કો માર્યો. રુમનું બારણું થોડુંક ખૂલ્યું એટલે રુમ અંદરથી બંધ નહોતો, જાણી જોઈને રૂમને ખુલ્લો રાખ્યો હોય એવું લાગ્યું. બધાનું ધ્યાન બારણા તરફ ગયું પણ કોઈએ તેની નોંધ ન લીધી, જાણે કાઈ ખબર જ નથી એવી પ્રતિક્રિયા આપી. બધીજ જંગલી સ્ત્રીઓ પોતાની વાતોમાં મશગુલ હતી. જુગલકિશોર, રોનકને નવાઈ લાગી કે અમને બંનેને એ લોકોએ ચોક્કસ જોયા હશે.

છતાં કોઈએ કાઈ જ પ્રતિક્રિયા કેમ ન આપી? કે ન કઈ સહાય માટે આવાજ કર્યો? ચાલો સારું થયું. આપણને કંઈક જાણવા મળશે. જુગલે રોનકને કહ્યું "રોનક આપણાથી એક ભૂલ થઈ ગઈ છે એનું પરિણામ આપણે ભોગવવીએ છીએ. બીજી ભૂલ ન થાય તે માટે સાવચેતી રાખવી જરૂરી છે.આ જંગલી સ્રીઓનો કોઈ ભરોસો ન કરાય અને તે લોકોનો ઈરાદો શું હોઈ શકે એ ખબર નથી. કદાચ આપણે અંદર જઈએ તેની રાહ જોતી હોય એટલે આપણી તરફ ધ્યાન જવા છતાં કોઈ પ્રતિક્રિયા ન આપી હોય. આપણે અંદર જઈએ એટલે પકડી લે એવું પણ બંને. મને પહેરવેશ અને દેખાવ ઉપરથી તો જંગલી સ્રીઓ હોય એવું લાગે છે." એક સ્રી બન્ધન મુક્ત હતી એ આ જંગલી સ્રીઓની બોસ હોય એવું લાગ્યું એ બધી સ્રીઓને કંઈક જંગલી ભાષામાં સમજાવી રહી હતી.

જુગલકિશોરે વધારે ધ્યાનથી જોયું તો તેનું અનુમાન સાચું પડ્યું. રુમમાં ત્રીસેક જેટલી સ્રીઓ હતી. બધીજ સ્રીઓ જંગલી પહેરવેશમાં હતી. અપહૃત થયેલી હોવા છતાં દરેકના ચહેરા ઉપર ભય કે ચિંતાની લાગણી હોવાના બદલે ખુશખુશાલ દેખાતી હતી. આ સ્રીઓને જંગલમાંથી ઉપાડી લાવ્યા હશે એવું અનુમાન જુગલકિશોરે કર્યું. પણ એક બોસ જેવી લાગતી સ્રી બંધન મુક્ત હતી. હાથમાં લાંબી સોટી હતી જે આ બધી જ સ્રીઓનું ધ્યાન રાખતી હશે, તેની બોસ હશે એવું લાગ્યું. તેમજ એ સ્રી જંગલી સ્રીઓ જેવી કે મકાઉ આઈલેન્ડની

રહેવાસી નહોતી લાગતી કંઈક અલગ લાગતી હતી. ફક્ત તેનો પહેરવેશ જંગલી સ્ત્રી જેવો લાગતો હતો. આ એક ન સમજાય એવી બાબત હતી.

"રોનક, આ સ્ત્રી જે બંધન મુક્ત છે એ બીજી જંગલી સ્ત્રીઓ કરતા કંઈક અલગ લાગે છે. જંગલી સ્ત્રીનો પહેરવેશ પહેરેલ હોવા છતાં એ જન્મે જંગલી લાગતી નથી. શું માફિયા ચીફ તેના પ્રદેશની કોઈ સ્ત્રીને આ જંગલી સ્ત્રીઓનું ધ્યાન રાખવા લઈ આવ્યો હશે? વળી એ સ્ત્રી બીજી સ્ત્રી સાથે વાત પણ જંગલની ભાષામાં જ કરે છે. મને એ સમજાતું નથી કે એ જંગલી જેવી લાગતી સ્ત્રી કોણ હોઈ શકે? અને માફિયા તેને અહીં શું કામ લઈ આવ્યો હશે? શું એ પણ માફિયા ચીફ સાથે ભળેલી હશે? આ જંગલી સ્ત્રીઓને શું શીખવાડતી કે સમજાવતી હશે? આ સ્ત્રી વિષે જાણવું જરૂરી છે પણ જાણવું કેવી રીતે? જંગલના મુખીયાને કે રેમ્બોને પણ આ સ્ત્રી વિષે કોઈ જ જાણકારી નહિ હોય એવું લાગે છે. કદાચ આ સ્ત્રીને મુખીયા કે રેમ્બોએ પણ જોઈ નહિ હોય. અને જો તેની પાસે આ વિદેશી સ્ત્રીની માહિતી હશે તો આપણને કેમ નહિ આપી હોય?મને તો મુખીયા અને રેમ્બોનું વર્તન ક્યારેક ક્યારેક વિચિત્ર લાગતું હતું."

જુગલકિશોરને આ બધાંજ સવાલોના જવાબ માટે અંદર જઈને પૂછવાનું મન થયું પણ મનને રોકી લીધું, એમ વિચારીને એક ભૂલ તો થઈ ગઈ છે બીજી ભૂલ નથી કરવી.

હવે જો પકડાય ગયા તો માફિયા ચીફ અહીંથી બીજી અજાણી જગ્યાપર ચોક્કસ મોકલી પૂરી દે. અને આખુય મિશન નિષ્ફળ જાય.ટુરિસ્ટો જે અમારા ઉપર વિશ્વાસ રાખીને બેઠા છે એ લોકોની મુશ્કેલી વધી જાય.

રોનકને જુગલકિશોરે પોતાની શંકા જણાવી ને વાત કરી. રોનકે જોયું તેને પણ આ બાબત વિચિત્ર લાગી. તો કોણ હશે એ સ્રી? રોનકે જરા ધ્યાનથી જોયું. “અરે! જુગલ આ તો રોમા જેવી લાગે છે? ક્યાંક રોમા તો નથી ને?” જુગલકિશોરે પણ ધ્યાનથી જોયું તેને પણ રોનક જેવી જ શંકા ઉભી થઈ, અંદર જઈને પુછી શકાય તેમ નહોતું કે સામેથી પોતાની હસ્તી પ્રદર્શિત કરી શકાય એવી સ્થિતિ પણ નહોતી. કદાચ એ રોમા ન હોય તો ઉલ માંથી ચૂલમાં પાડવા જેવું થાય અને સામેથી મુશ્કેલીને આમંત્રણ આપવા જેવું થાય. અને રોમા હોય તો પણ એ પોતાની જાતને અત્યારે તો જાહેર ન જ કરે અને જો આ વાતની જાણ માફિયા ચીફને થાય તો એ સ્રી જે કોઈ હોય તેના માટે મુશ્કેલી ઉભી થાય એટલે એ રોમા હોય તો પણ અત્યારે ચુપ રહેવું હિતાવહ છે.

બંને વિચારતા વિચારતા ગુપ્ત રસ્તેથી ફરી પાછા પોતાની રુમમાં આવતા રહ્યા. અજાણી મદદરૂપ થનાર વ્યક્તિએ બંનેના બંધન છોડી નાખ્યા હતા એટલે તો વધુ તપાસ માટે બહાર નીકળી શક્યા હતા.” રોનક,જો એ રોમા હશે તો ચોક્કસ તેણે આપણને જોયા હશે અને ગમે તે રીતે

આપણો સંપર્ક કરશે જ. આ બાબતે ચીફનો પણ સંદેશો આવવો જોઈએ. ચીફની યોજના, પ્લાનિંગ રહસ્યમય હોય છે. ચીફે આપણને આડકતરો ઈશારો તો આ બાબતે કર્યો જ હતો કે જેમ જેમ મિશન આગળ વધતું જશે તેમ તેમ તમને ત્યાં મદદ મળતી રહેશે."

જુગલકિશોરે પોતાની ઘડિયાળમાં રહેલા માઈક્રો ટ્રાન્સમિશન દ્વારા ચીફનો સંપર્ક કરવાનો પ્રયત્ન કર્યો પણ સામેથી કોઈ જવાબ ન મળ્યો. "રોનક ચીફનો સંપર્ક થતો નથી પણ આપણા ચીફ કઈ શાંત બેસી રહે તેવી વ્યક્તિ નથી. કોઈ મહત્વનાં પ્લાનીંગમાં વ્યસ્ત લાગે છે. સમય આવે એ આપણો સંપર્ક ચોક્કસ કરશે."

"જુગલ એક વાત તો નક્કી છે કે આપણે અત્યાર સુધી, આપણા મિશનમાં આગળ વધવામાં સફળ રહ્યા છીએ. પહેલા આપણને અજાણ્યા માણસની મદદ ગુપ્ત દ્વાર બતાવવામાં માટે મળી અને અત્યારે એ અજાણી સ્ત્રી અને બધીજ જંગલી સ્ત્રીઓ એ આપણને જોયા હોવા છતાં કોઈ જ પ્રતિક્રિયા ન આપી કે કોઈને જાણ ન કરી એટલે તો આપણે સહીસલામત પાછા રૂમમાં આવી શક્યા. મને લાગે છે કે કોઈ પણ સમયે ચીફનો સંદેશો આપણને મળી શકે છે. આપણે ઘડિયાળ પર સતત ધ્યાન રાખીએ અને તે સમય દરમ્યાન આરામ કરતા કરતા અત્યાર સુધીના ઘટનાક્રમ વિશે ફરીથી વિચારી જઈએ. રેમ્બોનું શું થયું હશે એ પરિસ્થિતિ પર પણ વિચારીએ.

તેમાંથી કંઈક જો જાણવા મળે તો પ્રયત્ન કરીએ. આપણું મિશન હવે વેગ પકડી રહ્યું છે."

23.

બેનરજી સાહેબનો સંદેશો

જુગલકિશોર અને રોનક બંને પોત પોતાની રીતે વિચારી રહ્યા હતા કે એ સ્ત્રી કોણ હશે? આ જંગલી સ્ત્રીઓને શું કામ ઉપાડી લાવવામાં આવી હશે? રેમ્બોનું શું થયું હશે? શું! અહીં કોઈ મહેફીલનું માફિયા ચીફે આયોજન કર્યું હશે? બાકી આ જંગલી સ્ત્રીઓને અહીં પકડી લાવવાનું પ્રયોજન શુ હશે? આ જંગલી સ્ત્રીઓ સભ્ય સમાજમાં શું કામ લાગશે? એ બધાં જ સવાલો અનુત્તર હતા અને અનુત્તર રહેવાના હતા.

સૌથી મહત્વનો સવાલ એ હતો કે જંગલી સ્ત્રીઓનું ધ્યાન રાખનાર એ સ્ત્રી કોણ હશે? કોઈ દેશના સભ્ય સમાજમાંથી આવેલી હશે? કે પછી માફિયા ચીફે તેનું પણ અપહરણ કર્યું હશે? કે પછી બીજા લોકોની જેમ માફિયા ચીફ તેને પણ કોઈ બાબતે મજબુર કરી અહિયાં લઈ આવ્યો હશે? આ બધાં જ સવાલોમાં જુગલકિશોરને વારેવારે એ સ્ત્રી રોમા જ હશે એવી મનમાં શંકા ઉભી થયા કરતી હતી પણ એ વાતને જાણી શકાય એવી અત્યારે કોઈ પરિસ્થિતિ નહોતી. બંનેને મનમાં વિચાર સાથે શાંત બેસવા સિવાય બીજો કોઈ વિકલ્પ પણ નહોતો, સિવાય કે બેનરજી સાહેબ તરફથી કોઈ માહિતી કે સંદેશો મળે.

જુગલકિશોર અને રોનકને બહાર કંઈક ગતિવિધિ થતી લાગી. બહાર ચોગાનમાં ચહલપહલ વધી હોય એવું અવાજ અને લોકોની દોડધામ ઉપરથી લાગતું હતું પણ ગુપ્ત દરવાજેથી તો બહાર જઈ શકે તેમ નહોતા એટલે બારણા પાસે આવીને બહાર શું? થાય છે એ જાણવાની પ્રયત્ન કર્યો. બહાર અંદરોઅંદર ધીમે ધીમે લોકોમાં કાંઈક વાતચીત થતી હતી. અને સ્રીઓના અવાજ ઉપરથી બંધક જંગલી સ્રીને કિલ્લાનાં ચોગાનમાં લાવવામાં આવી હોય એવુ લાગ્યું. એક સ્રીના અવાજ પરથી એવું લાગ્યું કે તે દિવસે રૂમમાં જોયેલી હાથમાં નેતરની સોટીવાળી સ્રી, જંગલની ભાષામાં બધી સ્રીઓને કાંઈક સમજાવતી અને શીખવાડતી હોય એવું લાગ્યું. રોનકને જંગલી ભાષા બોલતા નહોતી આવડતી ફક્ત ઇશારાથી પોતાની વાત સમજાવી શકતો હતો એટલે પેલી સ્રી, જંગલી સ્રીઓ સાથે શું વાત કરતી હતી એ સમજાતું નહોતું. માફિયા ચીફ માટેની આ બધી તૈયારી હોય એવું બહાર થતી ધમાલ પરથી લાગતું હતું.

જુગલકિશોરે રોનકને કહ્યું “રોનક રૂમમાંથી તો આપણને બહાર શું ગતિવિધિ થાય છે એ ખબર નહિ પડે. તું આ ગુપ્ત દરવાજેથી બહાર જઈને જેટલું જાણી શકાય એ જાણી લે. હું અહીયાનું ધ્યાન રાખું છું. કઈ ભય જેવું લાગશે એટલે તને સંકેત આપીશ.”

રોનકે ગુપ્ત દરવાજેથી બહાર આવી દુરથી જોયું કે જંગલી સ્રીઓને ચોગાનમાં લાવીને કાંઈક સમજણ અને ટ્રેઈનિંગ આપવામાં આવી રહી છે. રોનકને વધારે નવાઈ એ બાબત ઉપર લાગી કે આવી બંધકની સ્થિતિમાં પણ બધી સ્રીઓ આનંદિત હતી. લીડર સ્રી જાણે તે લોકોની મિત્ર હોય એવી રીતે તેની સાથે વાત અને વર્તન કરતી હતી. હાથમાં સોટી તો જાણે દેખાવ પૂરતી જ હોય એવું તે સ્રીનાં વર્તન ઉપરથી લાગતું હતું. કંઈક શીખવાડતી એ સ્રીની ભાષા પણ મૃદુ હતી, ભાષામાં કડકાઈ કે રોફ જરા પણ નહોતો. આ સિવાય ચોગાનમાં કોઈ ગતિવિધિ નહોતી થતી. રોનક સાવચેતીથી ગુપ્ત રસ્તેથી રૂમમાં પાછો આવી ગયો.

રોનકે જુગલને બધી વાત કરી અને કહ્યું “જુગલ અત્યારે આપણી સાથે જો રેમ્બો હોત તો આ બહાર ચોગાનમાં થતી વાતચીત જાણી શકત. હવે તો આપણે તેને કહ્યું હતું તેમ કોઈ સંકેત પણ આપી શકીએ તેમ નથી. રેમ્બો આપણા સંકેતની રાહમાં બેઠો હશે કે કેમ એ પણ આપણને ખબર નથી. રેમ્બોને આપણે એક સાંકેતિક ભાષાવાળું વોકીટોકી આપી દેવાની જરૂર હતી. રેમ્બોને પણ આપણી પરિસ્થિતિની ખબર નહીં હોય. માફિયા ચીફની બીકને લીધે કિલ્લામાં આવવાનો વિચાર પણ નહીં કર્યો હોય. આપણે રેમ્બોને સાથે લઈ લેવાની જરૂર હતી. રેમ્બો અહીં પકડીને રાખેલા જંગલીઓને શોધીને. તેને મળીને કિલ્લાની પરિસ્થિતિ વિષે

કંઈક વાત તો કરી શકત. અને આપણને પણ મદદરૂપ થઈ શક્યો હોત."

"રોનક તારી વાત સાચી છે. પણ આ બધી બાબત વિશે વિચારવાનો આપણી પાસે ત્યારે સમય જ ક્યાં હતો. આપણને મુખીયાની મદદ મળી એટલે આપણે કિલ્લામાં આવવાની ઉતાવળમાં આ વાત ભૂલી ગયા હતા. પણ તું ચિંતા કરમાં ચીફે અત્યાર સુધીમાં અહીંની બધી માહિતી મેળવી લીધી હશે. એ આપણો ગમે ત્યારે સંપર્ક કરશે જ."

જુગલકિશોરની ઘડિયાળનું ડાયલ ફરવા લાગ્યું. રોનક કોઈક સંદેશો ડિસ્પ્લે થતો હોય એમ લાગે છે. કદાચ ચીફ. બેનરજી સાહેબનો કોઈ સંદેશો હોય. બને ઘડિયાળ ઉપર નજર જમાવી બેસી ગયા. જુગલકિશોરે સબ સલામતનો વળતો જવાબ આપ્યો. એટલે ઘડિયાળનાં ડાયલમાં સંદેશો ડિસ્પ્લે થયો. સંદેશો બેનરજી સાહેબનો હતો. એ જાણી બંનેને નિરાંત થઈ કે આખરે ચીફનો સંદેશો આવ્યો ખરો. સંદેશામાં લખ્યું હતું કે.

"તમે અત્યારે બંને બંધક છો એજ સ્થિતિમાં રહેજો. ત્યાંથી નીકળવાનો પ્રયત્ન ન કરતા પણ મોકો મળે ગુપ્ત દરવાજેથી બહાર નીકળી ત્યાની ગતિવિધિની તપાસ કરતા રહેજો."

"રોમા તમારો સંપર્ક કરશે. ક્યારે એ પરિસ્થિતિ ઉપર આધારિત છે. તમે રોમાને શોધવાનો કે મળવાનો પ્રયત્ન ન કરતા કે અત્યારે તમને દેખાતી પરિસ્થિતિ ઉપર ઝાઝો વિચાર ન કરતા. જે થાય એ જોયા કરજો. તમારી રજેરજની માહિતી મને મળે છે એટલે તમારે કોઈ જાતની બંધક હોવા વિશેની ચિંતા કરવાની જરૂર નથી. માફિયાને ભ્રમમાં રાખવા તમારે બંધક બનીને રહેવું જરૂરી છે. સમય આવે તમને બધું સમજાય જશે. તેમજ નજીકના ભવિષ્યમાં આપણો ભેટો માફિયા ચીફ સાથે થશે. પરિસ્થિતિ પ્રમાણે લડી લેવાનું છે પણ માફિયા ચીફને જીવતો રાખવાનો છે. આપણે માફિયા ચીફને કોઈપણ સંજોગોમાં જીવતો જ પકડવો છે.

તમે રેમ્બોની ચિંતા ન કરતા એ મારી સુચના પ્રમાણે તેના માણસો સાથે કિલ્લામાં પહોંચી ગયો છે. તે જુદા વેશમાં હશે. તમને જરૂર પડે મળતો રહેશે અને જરૂર પડે તમે એક-બીજા આપણા ઓપરેશન કોડવર્ડથી એક-બીજાની ઓળખ કરી લેજો. રેમ્બો કોણ છે? એ વિષે કઈ નાં વિચારતા. રેમ્બોને આપણા ઓપરેશન કોડવર્ડની ખબર છે. આ વાતથી તમને સમજાય ગયું હશે કે રેમ્બો આપણા ગ્રુપનો માણસ છે. તર્ક કરશો એટલે રેમ્બો કોણ હશે? એ સમજાય જશે.

ચેતનની મુલાકાત તમારે થઈ ચુકી છે. જરૂર પડે ચેતન પણ તમારી મદદ માટે પહોંચી જશે. અત્યારે તો તે મારી સૂચનાથી પ્લેનની સુરક્ષામાં વ્યસ્ત છે. જેથી માફિયાના

માણસો સંકટ સમયે પ્લેનનો ઉપયોગ ન કરી શકે કે પ્લેનને નુકશાન થાય એવી કોઈ ગતિવિધિ ન કરી શકે."

"માફિયા ચીફ માથાફરેલ છે એ ટુરિસ્ટો સાથેનું પ્લેન પણ ઉડાવી દે તેવો છે. એટલે તો ટુરિસ્ટો અને પ્લેન મળી જવા છતાં આપણે ત્યાંથી ટુરિસ્ટને પાછા લાવવો વિચાર નથી કર્યો. તમને બંનેને પણ આ વિચાર આવ્યો જ હશે એ હું જાણું છું."

"તમે લોકો ચેતનને અને એ તમને ઓળખી ગયો એ સારી વાત છે. બાકી તમે બધી રીતે તૈયાર રહેજો. મારા અને બીજાનાં સંદેશાઓ મળતા રહેશે ઓકે....તૈયાર રહો....."

"રોનક...આપણા ચીફ પણ ખરા છે. આપણી સુરક્ષા માટે કેટલું બધું ધ્યાન રાખે છે. બધી જ ખબર રાખે છે. સારું થયું ચીફે આપણો સંપર્ક કરી રોમા અને ચેતન માટેનો સંકેત પણ આપી દીધો કે રોમા ઓપરેશન ઈગલમાં સક્રિય છે. એ જાણીને ગુરુ તને વિશેષ આનંદ થયો હશે કે હવે નજીકના ભવિષ્યમાં રોમાને મળવાનું થશે. પણ તિતલીને લઈને અહીંથી ઉડી ન જતો. આ ઓપરેશન આપણે સાથે રહીને પૂરું કરવાનું છે."

જુગલકિશોરે રોમાનું નામ સાંભળી સ્મિત સાથે કહ્યું "રોનક રોમા પણ આપણી જેમ જા-બાજ જાસૂસ છે. વળી સ્રી છે એ

વાતનો પણ સારો ફાયદો ઉઠાવાની તેનામાં આવડત છે. એટલે રોમા પણ આ મિશનમાં સક્રિય થયા વગર રહેજ નહીં એ મને ખબર હતી અને ચીફ પણ રોમા જેવી જાસુસને આવા મહત્વના મિશનથી બાકાત રાખે એ બને જ નહી. હવે મને એ જંગલી સ્રી કોણ હશે એ થોડું થોડું સમજાય છે.આ મિશન આપણા બધાં માટે અગત્યનું છે."

24.
રોમાનું જુગલકિશોર, રોનકને મળવું

કિલ્લાનાં ચોગાનમાં ધમાલ ધમાલ હતી. માણસો આમ તેમ દોડતા હોય એવું લાગતું હતું. રોનક ગુપ્ત દરવાજેથી બહાર જઈને દૂરથી બહારની ગતિવિધિ વિષે થોડું ઘણું જાણી લાવ્યો હતો પણ જંગલી ભાષામાં થતી વાતચીતને સમજી શક્યો નહોતો.. એટલે આ બધી ધમાલ શા? માટે છે એ જાણી શક્યો નહોતો. જુગલકિશોર અને રોનક પર ચીફનો સંદેશો હતો કે રોમા તમારો સંપર્ક કરશે. પણ રોમા ક્યાં? શું એ જંગલી સ્રીના વેશમાં છે એ રોમા જ હશે? એ બંનેને સમજાતું નહોતું. જો એ જંગલી સ્રી રોમા નથી તો રોમા ક્યાં? અને કેવી રીતે અમારો આ બંધકની સ્થિતિમાં સંપર્ક કરશે? એ સવાલ પણ બંનેનાં મનમાં હતો. બંનેને એક વાતનો સંતોષ થઈ ગયો હતો કે રોમા આ મિશનમાં સામેલ થઈ ગઈ છે એટલે તેનો સંપર્ક તો જરૂર થશે જ.

“જુગલ હવે આપણે આ ગુપ્ત દરવાજામાંથી છુંપી રીતે બહાર જઈને પાછા આવી શકીએ છીએ એ સિવાય બીજો કોઈ વિકલ્પ આપણી પાસે નથી. તેમજ વધારે ઊંડી તપાસ કરવા પણ બહાર નીકળી દૂર જઈ શકતા નથી. આપણી એક બેદરકારીએ આપણને રુમમાં પુરી દીધા. કદાચ બહાર જે ધમાલ થાય છે એ માફિયા ચીફ આવવાનો હોય એની પૂર્વ

તૈયારી માટેની હોય એવું લાગે છે. અત્યાર સુધી માફિયા ચીફે આપણી સાથે સ્પીકર ફોનથી વાત કરી છે એ આપણને ઓળખી તો ગયો જ છે એટલે એ આપણને રૂબરૂ મળવા પણ આવતો હોય. તેનો ઈરાદો આપણને રૂબરૂ મળીને ધમકી આપવાનો હોય. આ તેનું કાર્યક્ષેત્ર છે એટલે એ બધી જાતનો ફાયદો ઉઠાવી શકે એમ તે માનતો હોય. કદાચ તેનો ઈરાદો આપણને બધાને બાનમાં રાખી ચીફ સાથે સોદાબાજી કરવાનો પણ હોય. એ જે હોય તે આ બધીજ ધમાલ માફિયા ચીફ આવે છે એ અનુસંધાને છે એટલે અત્યારે તો આપણે રુમમાં પુરાઈ રહેવું જ હિતાવહ છે."

"રોનક, ચિંતાનું કોઈ કારણ નથી. ચીફને આપણે શું કર્યું અને રુમમાં બંધ છીએ એ બધીજ વાતની ખબર છે. ચીફનો સંદેશો પણ સમયસર મળ્યો છે. મારા અનુમાને આપણે જે સ્રીને જંગલી સ્રીઓની રખેવાળી અને સૂચનાઓ આપતી જોઈ કદાચ, એજ રોમા હશે. આ બધીજ શંકાઓનું સમાધાન રોમા મળે પછી થાય. એ જો રોમા હશે તો પણ અનુકુળ સંજોગો સિવાય આપણો સંપર્ક નહિ જ કરે."

બંને આમ વાતચીત કરતા હતા ત્યાં રુમનો દરવાજો ખૂલતો હોય તેવો અવાજ આવ્યો બંને ચૂપ થઈ પડ્યા રહ્યા. એક જંગલી સ્રી હાથમાં સોટી લઈને રૂમમાં દાખલ થઈ અને કહ્યું,

"હં! તો આ બંનેને પકડવામાં આવ્યા છે. હું માફિયા ચીફને મળી ત્યારે માફિયા ચીફ કહેતા હતા કે આ બંને ભારતનાં સુપર જાસૂસ જુગલકિશોર અને રોનક છે. પણ મને લાગે છે કે આપણા ચીફ ખોટી ચિંતા કરે છે. આ બંને મને તો બહુ રૂપિયા લાગે છે. સુપર જાસૂસ હોય તો આવી મૂર્ખામી કરી પકડાય ન જાય. અને જયારે કોઈ ચોક્કસ મિશન ઉપર નીકળ્યા હોય ત્યારે અજાણ્યા પ્રદેશમાં બીજાએ મૂકેલો નાસ્તો ખાવાની ભૂલ તો ન જ કરે. મેં સાંભળ્યું છે કે આ બંને બહુ જોખમી જાસૂસ છે. મને તો આ લોકો જરા પણ જોખમી નથી લાગતા. તેની પાસે હથિયાર પણ નથી એટલે તેનાથી ડરવાનું કોઈ કારણ નથી." એમ કહેતી એ જંગલી લાગતી સ્રી ધીમે ધીમે જુગલકિશોર અને રોનક પાસે આવી અને તેની સાથે આવેલા માણસોને સૂચના આપી કે...... (જુગલકિશોર અને રોનકની દિલની ધડકન વધી ગઈ કે આ જંગલી લાગતી સ્રી અહિયાં શું કરવા આવી હશે?)

તમે લોકો બહાર બેસીને મારી પ્રતીક્ષા કરો હું ચીફની સૂચના પ્રમાણે આ લોકો પાસેથી મારે થોડીક માહિતી મેળવવાની છે એ મેળવી લઉં. હું બહાર ન આવું ત્યાં સુધી બહાર જ મારી રાહ જોતા ઉભા રહેજો બીજે ક્યાંય જતા નહીં. અને અંદર આવવાની કોઈ તસ્દી ન લેતા, આ રિવોલ્વર તમારી સગી નહીં થાય. મને ચીફની સૂચના છે કે મારે આ બંનેને એકલાજ મળવાનું છે. મારી વાત સમજાય ગઈ હોય તો બહાર નીકળો.

"જુગલ, રોનક," એક ધીમો અવાજ આવ્યો.

"મારી વાત ધ્યાનથી સાંભળો. મારી પાસે લાંબી વાત કરવાનો સમય નથી હું અહીં કેવી રીતે પહોંચી, માફિયા ચીફનાં સંપર્કમાં કેવી રીતે આવી એ બધાં જ તમારા સવાલના જવાબ ચીફ આપશે. આ ચીફની સૂચના છે. બીજું આપણી વચ્ચે કોઈ ઓળખાણ નથી એ રીતે વર્તન કરજો. હવે પછીનો સમય મહત્વનો શરૂ થાય છે. માફિયા ચીફ ગમે ત્યારે અહીં આવી શકે છે. એ આવે પછી હું તમને નહી મળી શકું કે કોઈ સંદેશ આપી શકું".

"મારે માફિયા ચીફ સાથે વાત થયા પ્રમાણે કાલે માફિયા ચીફ અહીં આવવાનો છે. પણ તેનો ભરોસો નહી ગમે ત્યારે ટપકી પડે. અત્યારે તો એ એકલો જ આવે છે. પણ બે દિવસ પછી તેના મિત્રો આ જંગલી સ્ત્રીઓને ખરીદવા આવવાના છે. મારે આ સ્ત્રીઓને જંગલી વેશમા પણ સભ્યતાથી રજૂ કરવાની છે. માફિયા ચીફનો આ બિઝનેસ છે. માણસોનું અપહરણ કરી તગડી ખંડણી માંગવી અને જંગલી સ્ત્રીઓને વેચી દેવી કારણ કે જંગલી સ્ત્રીઓ મજબૂત બાંધાની અને શારિરીક રીતે સશક્ત હોય છે. માફિયા ચીફને આ જંગલી સ્ત્રીઓનાં ખૂબ પૈસા મળે છે. હું માફિયા ચીફ સાથે હોઈશ. એ અહીં આવે પછી મને એક પળ માટે પણ અલગ રહેવા દેતો

174

નથી. મારી ઉપર લટ્ટુ થઈ ગયો છે પણ મેં હજી તેને ફાવવા દીધો નથી. મારી ચિંતા ન કરતા."

"માફિયા ચીફ અહીં આવ્યા પછી તમને બંનેને તેની પાસે લઈ જવામાં આવશે. એ તમને બંનેને રૂબરૂ મળવા બહુજ ઉતાવળો થયો છે. તમારી પાસે હથિયાર નહીં હોય પણ તેની ફરતા આર્મગાર્ડ્ઝ હશે. તેણે ફેસમાસ્ક પહેરી રાખ્યો હશે મેં પણ તેનો ચહેરો જોયો નથી. એ હમેશા ફેસમાસ્ક પહેરી રાખે છે. માફિયા ચીફ મને, તમને બંનેને શૂટ કરી દેવાનો હુકમ આપે તેવી યોજના હું ઘડી કાઢીશ. તેને મારી ઉપર પણ સપૂર્ણ વિશ્વાસ નથી. મારી ઉપર તેનો માણસ સતત નજર રાખી રહ્યો છે. હું તમને શૂટ કરતા પહેલા ગળામાં ફૂલની માળા પહેરાવવા આવીશ ત્યારે નાનકડી પિસ્તોલ તમને બંનેને તમારા સ્વ રક્ષણ માટે ચોરી છુપીથી આપી દઈશ. તમને શૂટ કરવાની વાત હું માફિયા ચીફને રોમેન્ટિક અદામાં સમજાવી દઈશ એટલે એ નાં નહિ પાડે. આ મારી વાત થઈ પછી તમારે પિસ્તોલનો કેમ ઉપયોગ કરવો એ તમે નક્કી કરજો. ચીફની સૂચના છે કે માફિયા ચીફને જીવતો પકડવાનો છે. હવે હું જાવ છું. કાલે મળીશું."

"જુગલ મારી શંકા સાચી પડીને કે એ રોમા છે. આપણે આરામ કરી લઈએ. ચીફ પણ ખરા છે. તે શું યોજના ગોઠવાશે એ તેની વગર કોઈને ખબર ન પડે. તને ખબર હતી. રોમા આ જંગલીઓની ભાષા જાણે છે."

“રોનક એ આપણી સાથે જોડાણી તે પહેલાં આંદામાન નિકોબાર દ્વિપ સમૂહમાં રહી ચૂકી છે. તેને એ ભાષા ત્યારે શીખી લીધી હોય તેવું બને. અને ચીફે તેનો ફાયદો ઉઠાવ્યો.”

“રોનક મને લાગે છે કે ચીફને માફિયા ચીફનાં જંગલી સ્રી ઓના શોખની ખબર હશે કે ક્યાંકથી માહિતી મેળવી હશે. ચીફ માટે કોઈ પણ વિષેની માહિતી મેળવવી અઘરી નથી એટલે જેમ ચેતનને પાયલોટ તરીકે ગોઠવી દીધો એમ રોમાને પણ જંગલી સ્રી બનાવી માફિયા ચીફની ગેંગમાં ઘુસાડીને માફિયા ચીફ સુધી પહોંચવા દીધી. જેથી માફિયા ચીફની તમામ ગતિવિધિની જાણ ચીફને થયા કરે.”

“હા, જુગલ અને જંગલી સ્રીઓ આ રહસ્ય જાણતી હશે એટલે બધી સ્રીઓ ચિંતામુક્ત અને ખુશખુશાલ છે. વાહ ચીફ વાહ તમે જુગલ, રોનકનાં ચીફ થવાને લાયક છો.”

“હવે આત્મશ્લાધા છોડ અને માફિયા ચીફને રૂબરૂ મળવાની તૈયારી કર રોમા, આપણને રિવોલ્વર આપવાની છે એટલે તેને પણ શંકા છે કે માફિયા ચીફની મુલાકાત સમયે કંઈક ધબાધબી જરૂર થશે.”

“ઓકે...બોસ.”

25.
માફિયા ચીફ સાથે અથડામણ

આજે કિલ્લામાં ખૂબજ હલચલ હતી. બંને વિચારતા હતા કે માણસો જે નહોતા દેખાતા એ આટલા બધાં અચાનક ક્યાંથી ભેગા થઈ ગયા એ ખબર ન પડી. બહારથી હેલીકોપ્ટર આવવાનો અને લેન્ડ થવાનો અવાજ પણ નહોતો આવ્યો. ચીફનાં સંદેશા પ્રમાણે રેમ્બો તેના માણસોને લઈને કિલ્લામાં આવ્યો હશે. જો ચોરીછૂપીથી આવ્યો હોય તો આમ મુક્ત રીતે ફરી ન શકે. કદાચ એવું બને રોમાની જેમ રેમ્બો પણ માફિયા ચીફની યોજનામાં ગોઠવાય ગયો હોય. રોમા કહેતી હતી કે માફિયા ચીફ આવવાનો છે તો તેની તૈયારીની આ બધી જ ધમાલ છે. બંને વિચાર કરતા પડ્યા હતાં. રેમ્બોએ તેનાં માણસોને માફિયા ચીફના માણસોની જગ્યાએ ગોઠવી દીધા હોય. આ રેમ્બો પણ રહસ્યમય વ્યક્તિ લાગે છે. રેમ્બોને ચીફ સાથે કેવી રીતે મુલાકાત થઈ હશે? શું અમે મિશન ઉપર નીકળ્યા પછી ચીફે આ જંગલી મકાઉ આઈલેન્ડની મુલાકાત લીધી હશે? જો લીધી હોય તો અમને કેમ ખબર ન પડી? જો ચીફ મકાઉ આઈલેન્ડ ઉપર આવ્યા હોય તો તે માટે દરિયાઈ રસ્તેનો જ ઉપયોગ કર્યો હશે? આ બધાં જ સવાલો જુગલકિશોર અને રોનકનાં મનમાં ઉભા થતા હતા પણ તેનો જવાબ ક્યાયથી મળે તેમ નહોતો. જુગલકિશોર, રોનકને એટલી ખાતરી થઈ ગઈ હતી કે મિશન

તેના આખરી તબ્બકામાં પ્રવેશી ચૂક્યું છે. અને આખીય ટીમ કામે લાગી ગઈ છે.

થોડોક સમય ગયા પછી બહાર હેલિકોપ્ટર લેન્ડ થતું હોય એવો અવાજ આવ્યો. થોડીવાર પહેલા કિલ્લામાં થતી ધમાલ અને ચહલપહલ એકદમ શાંત થઈ ગઈ. બધાં જ કામે લાગી ગયા હતા. બહાર થતો શોરબકોર શાંત થઈ ગયો હતો.

"જુગલ મેં જે ફ્રોલ્ડિંગ એન્ટેના ટાવરની તને વાત કરી હતી તે ઓપરેટ થતો હોય એમ લાગે છે. એનો અર્થ એ થતો કે બહાર જે હેલિકોપ્ટર લેન્ડ થવાનો અવાજ આવ્યો છે એ બતાવે છે કે માફિયા ચીફ આવ્યો છે. આપણો કમ્પ્યુટર સિસ્ટમનાં કોડ બદલવાનો ભાંડો ફૂટી જવાનો છે. માફિયા ચીફ પાસે આપણે જવાનું થશે."

"રોનક મને કમ્પ્યુટર સિસ્ટમમાં ક્યાં કઈ ઝાઝો ટપ્પો પડે છે. પણ મને લાગે છે ત્યાં સુધી આપણો સિસ્ટમ કોડ બદલવાનો ભાંડો નહિ ફૂટે. માફિયાના માણસો આપણને મદદરૂપ જરૂર થશે જ. તેમને પણ અહીંથી સહીસલામત છૂટીને ઘરે પાછા જવું છે એટલે શક્ય હશે ત્યાં સુધી એ લોકો કઈ નહિ બોલે પણ જે કાંઈ કરવાનું છે એ તારે કરવાનું છે. કમ્પ્યુટર સિસ્ટમમાં તે શું કર્યું? મને શું ખબર. માફિયા ચીફને જવાબ તારે આપવાનાં છે. આ વખતે માફિયા ચીફને બહુ ગરમ ન કરતો. આ વખતની મુલાકાત આપણી રૂબરૂ

મુલાકાત છે. અને શક્ય બને તો તેની અસલિયત પણ જાણી લેવી છે."

"ભાઈ, જુગલ અહીં તો ગુરૂવેડા છોડ. હું એમ જ તને ગુરૂ નથી કહેતો. તું ખરેખર અમારા બધાંનો ગુરુ છો. ફોન ઉપર માફિયા ચીફને કેવો ગરમ કરી દીધો હતો તો તું વિચાર રૂબરૂમાં તો જમાવટ થઈ જશે. કદાચ આ વખતે માફિયા સાથેની મુલાકાતમાં ગરમાગરમી કે ધબાધબી પણ બોલી જાય. બધી જ પરિસ્થિતિ માફિયાના વર્તન પર આધાર રાખે છે."

બંને ટીખળ કરી સમય પસાર કરતા હતા ત્યાં માફિયા ચીફને મળવા માટેનું તેંડુ આવ્યું.

જુગલકિશોર અને રોનકને એક મોટા રુમમાં લાવવામાં આવ્યા. રુમમાં ઘોર અંધારું હતું. કઈ જ દેખાતું નહોતું. પણ બંનેએ એવું મહેસુસ કર્યું કે તેમને અહીં લાવતા પહેલા રુમની વ્યવસ્થામાં કંઈક ફેરફાર કરવામાં આવ્યો છે. બંનેને આવકારવા માટેની વિશેષ ગોઠવણ કરી હોય એવું બંનેને લાગ્યું. કદાચ માંફીયા ચીફે પોતાની સુરક્ષા માટે ગાર્ડઝને પણ ગોઠવી રાખ્યા હોય. બંને આજે મક્કમ મન કરીને આવ્યા હતા કે જે હોય તે આજે તો માફિયા ચીફની સાથે વાતનો ફેસલો કરી જ નાખવો છે.

"વેલ કમ નંબર 1 સુપર જાસૂસ જુગલકિશોર અને એવો જ બાહોશ નંબર 2 જાસૂસ રોનક. તમે લોકો ક્યાંય છૂપા ન રહી શકો તો પછી મારી આંખમાં ધુળ નાખવાનો વિચાર કેવી રીતે આવ્યો. મેં તમારા બદલામાં દશ કરોડ દશ કરોડ, ખાલી વીસ કરોડ રૂપિયા તમારા ભારતીય પ્રસાશન પાસેથી માંગ્યા તો કહે એ અમારા માણસ નથી. અમે આવી કોઈ વ્યક્તિને જાણતા નથી કે અમે કોઈને એ બાજુ મોકલ્યા નથી. બેનરજી એક્સપોર્ટ એન્ડ ઈમ્પોર્ટ કંપનીનાં માણસ હશે. મેં બેનરજી સાહેબ સાથે વાત કરીને તમારા બદલામાં પૈસા માંગ્યા તો ચોખ્ખી નાં પડી દીધી. અને કહ્યું, `હું કોઈ જુગલકિશોર કે રોનકને ઓળખતો નથી` એટલે આજે મારે તમારા બંનેના ડેથ વોરન્ટ ઉપર સહી કરવી પડી. હવે જરા લાઈટ કરો એટલે આ બંને પોતાનું મૃત્યુ સ્થળ બરાબર જોઈ શકે."

"તમારા ભારતીય પ્રશાસનને અને તમારા બેનરજી સાહેબને તમારી જરા પણ ફિકર નથી કે ચિંતા નથી. બંને એ નફફટ થઈને હાથ ઉચા કરી દીધા પણ હજી જો તમે મારી વાત માનો તો હું તમને મારા માફિયા ગ્રુપનાં સભ્ય બનાવી શકું એમ છું. અમારે તમારી જેવા જા-બાજ યોધ્ધાની જરૂર છે. અને નાં કહેશો તો ન છુટકે મારે ડેથ વોરન્ટનો અમલ કરવો પડશે. તમે એમ ન માનતા કે મેં કોઈ મજબૂરીથી તમને આ વાત કરી છે. મને ખરેખર તમારી જવામર્દી પર માન થઈ ગયું છે. જ્યાં ચકલું ય ન ફરકી શકે એવા સુરક્ષિત

કિલ્લામાં તમે પહોંચી ગયા અને વળી બગીચામાં ફરતા હો એમ બિન્દાસ ફરતા હતા. તમારી બંનેની હિંમતને દાદ દેવી પડે."

"તે બોલી લીધું. આમ ચહેરો છુપાવીને આર્મ ગાર્ડઝથી ઘેરાઈને બેસવું એ તો કાયરતા છે. બાયલાવેડા છે. તારી જેવા માફિયા ચીફને આ શોભતું નથી.પહેલાં તું તારું નામ કહે. તારું, કામ અમે તમામ કરી નાખશું. તું વિચારતો ખરો કે તારા આ કહેવાતા દુર્ગમ આઈલેન્ડ પર પહોંચી અમે તારા કિલ્લામાં પ્રવેશ કરી ગયા તોય તને ખબર ન પડી, ને તું અમારા ડેથ વોરન્ટ ઉપર સહી કરવાની શેખી મારે છો. વળી બહાદુર તો એવો છો કે મોઢા ઉપર સ્રીનો બુરખો પહેરીને બેઠો છો. તારી જેવા બાયલા સાથે જોડીઈને અમારે શું! અમારી આબરુંના ધજાગરા ઉડાડવા છે. તારે આબરું જેવું કઈ નથી. અમે તો આબરુદાર ભારતીય નાગરિક છીએ. અમે તારી જેવા બાયલા સાથે ન જોડીઈ એ."

"જુગલ મારી વાત બરોબર છે ને?" એમ કહીને રોનકે માફિયા ચીફ સામે આંખ મીંચકારી. માફિયા ચીફ તમતમી ઉઠ્યો. ખુરશીમાંથી અડધો ઉભો થઈ ગયો.

"રોનક તારી જીભ બહુ લાંબી છે એ મને ખબર છે. મોત સામે દેખાય છે અને તું મને મારા જ આઈલેન્ડ પર મને ધમકી આપે છે. ખરેખર તમારી જા-બાજ તરીકેની નામના

સાચી છે. લોકોની વાત ખોટી નથી. મોત સામે દેખાય છે છતાં તું મને ગુસ્સે કરવાની હિંમત ધરાવે છો. બસ બહુ થયું હવે તમારું બંનેનું કામ તમામ કરવું જ પડશે, તમારા ડેથ વોરંટનો ઉપયોગ કરી નાખવો પડશે."

રોનકે કહ્યું, "નાં, હું આવી ધમકી તારા જેવા ગીદડને ન આપું. આ તો ખાલી વાત કરું છું બાકી હું સીધો ઘા જ કરું. બસ તું મરે તે પહેલાં તારા ચહેરા ઉપરનાં ભયને જોવો છે એટલે નકાબ હટાવી દે. તારી જેવા બહારથી સિંહ જેવા દેખાતા હોય પણ અંદરથી સસલા જેવા હોય છે. મોતના ડરથી ફફડતા હોય છે એટલે તો તું આર્મગાર્ડનું ટોળું લઈને ફરે છો. તને ખબર છે? રિવોલ્વર ચલાવવી એ કઈ નાનીમાંનાં ખેલ નથી. તારા હાથમાં આ રમકડું કોણે આપી દીધું? તેને એટલીય ખબર ન પડી કે આ બાયલો ખાલી શેખી મારી શકે, રિવોલ્વર ન ચલાવી શકે. તારું એ કામ નહીં, અમારા ચીફ આવે તે પહેલાં અમારા આ ગુરુનાં શરણમાં આવી જા તારું કલ્યાણ થઈ જશે. મારા ગુરુ તો કદાચ તને માફ કરી દેશે પણ મારા ચીફ તો તને જીવતો નહિ છોડે. મચ્છરની જેમ મસળી નાખશે."

"બસ, બહુ થઈ ગઈ તારી બકવાસ." માફિયા ચીફે રિવોલ્વર કાઢી.

"બોસ, આ તુચ્છ જંતુ માટે તમે આ કામ કરો એ સારું ન લાગે. મને મોકો આપો મારે પણ તેની સાથે જૂનો હિસાબ ચૂકતે કરવો છે. ભૂતકાળમાં મારા હાથે એ મરતો મરતો માંડ માંડ બચ્યો છે. આજે બરોબરનો ઘામાં આવ્યો છે. બોસ, મને મારો હિસાબ ચૂકતે કરવાની તક આપો."

"ભલે ઝુંબી ડાર્લિંગ, તારી જેવી ઈચ્છા. તું મને બહુ પ્રિય છો એટલે હું તને નાં નહિ કહી શકું બાકી મારે આ બંનેનો મારા હાથે જ ખાત્મો કરી નાખવાની ઈચ્છા હતી એટલે તો હું અહીં આજે આવ્યો છું. બાકી હું તો મિત્રો સાથે બે દિવસ પછી આવવાનો હતો. આ જંગલી સ્રીઓનો સોદો પાકો થવામાં જ હતો ત્યાં આ ગતકડું ઉભું થયું."

ઝુંબી, જુગલકિશોર અને રોનક પાસે આવી. બંનેને લીપ કિસ કરી ફૂલની માળા પહેરાવીને ચુપચાપ માફિયા ચીફ પાસે આવીને ઉભી રહી અને કહ્યું,

"લાવો ચીફ તમારી રિવોલ્વર. બંનેનું કામ અત્યારે જ પૂરું કરી નાખું છું. આ બંનેને લાંબો સમય જીવતા રાખવા એ યોગ્ય નથી. એ બંને આપણા માટે જોખમી છે."

અચાનક માફિયા ચીફનાં પગમાં ગોળી વાગી. રૂમની લાઈટ બંધ થઈ ગઈ અને રુમમાં સન્નાટો છવાય ગયો.

બધાંજ સ્તબ્ધ થઈ ગયા કે આ અચાનક ગોળી ક્યાંથી આવી?

26.

બેનરજી સાહેબની હાજરી

રુમમાં એકાએક અંધારું થઈ ગયું. કોણે ગોળી છોડી એ સમજાયું નહીં. જુગલકિશોર અને રોનકને નવાઈ લાગી કે અમે તો ગોળી છોડી નથી તો માફિયા ચીફ પર ગોળી છોડી કોણે? જુગલકિશોર અને રોનક આમતેમ ફાંફા મારતા એક લાઈટની સ્વિચ પાસે પહોંચ્યા. લાઈટ કરી તો ઝાંખી લાઈટ થઈ. રુમ આખો ખાલી થઈ ગયો હતો. માફિયા ચીફ જ્યાં બેઠો હતો ત્યાં લોહીનું ખાબીચિયું ભરાય ગયું હતું એટલે ગોળી છોડનાર પાકો નિશાન બાજ હતો. જે માફિયા ચીફને મારી નાખવા નહોતો માંગતો એટલે પગમાં ગોળી મારી હતી. બંને વિચારમાં પડ્યા કે માફિયા ચીફને ગોળી મારનાર કોણ હશે. રોમા તો ન હોઈ શકે કારણ કે રોમા માફિયા ચીફની બાજુમાં ઉભી હતી જયારે ગોળી સામેથી મારવામાં આવી છે. શું આ કામ રેમ્બોનું હશે? અને જો આ કામ રેમ્બોનું હોય તો રેમ્બો જંગલી માણસ નથી? તો એ વ્યક્તિ કોણ હોય શકે? જંગલીઓને બંધુક કે રિવોલ્વર ચલાવતા આવડતું નથી. એ લોકો તો તેનાથી ડરે છે એટલે તો માફિયા ચીફ અહિયાં સામ્રાજ્ય સ્થાપી શક્યો છે. બંધુકના નાળચે બધાને દબાવી દીધા છે. આ કામ એ કોઈનું ન હોય શકે? માફિયા ચીફને ગોળી મારનાર પણ અહીયા હાજર હતો, તો એ ગયો ક્યાં?

"જુગલ, આજે આ કંઈક અચાનક બન્યું હશે કે આ પણ ચીફનું પ્લાનિંગ હશે. જો ચીફનું પ્લાનિંગ હશે તો ચીફ આપણને જરૂર મળશે. એવું પણ બને કે આપણા બે સિવાય આપણા ગ્રુપની ત્રીજી વ્યક્તિ પણ અહીં હાજર હોય અને ફક્ત માફિયા ચીફને ચેતવણી આપવા જ ગોળી મારી હોય. શું આ કામ ચેતનનું હોય શકે? ચીફે આપણને સંદેશામાં કહ્યું હતું કે જરૂર પડે ચેતન પણ મદદરૂપ થશે. આજની આપણી પરિસ્થિતિ જોઇને નિર્ણય કર્યો હોય. ચીફે આપણને કહ્યું હતું કે માફિયા ચીફને જીવતો પકડવો છે. એ વાતની તેને પણ ખબર હોય. જે હોય તે, ગોળી મારનાર વ્યક્તિએ આજે પરિસ્થિતિ આપણી તરફેણમાં કરી દીધી છે, નહીંતર આપણે રિવોલ્વરનો ઉપયોગ કરવો પડત અને રોમા માફિયાની શંકાનાં ડાયરામાં આવી જાત. એવું પણ બની શકત કે માફિયા ચીફને રોમા ઉપર શંકા દ્રઢ થાય કે રોમા આપણને મદદ કરે છે. ગુસ્સામાં આવીને રોમાને ગોળી પણ મારી દે, આવા લોકોનો કોઈ ભરોસો નહિ. પોતાનો જીવ બચાવવા એ ગમે તેનો ભોગ લઈ લે એવા ભીરુ અને ડરપોક હોય છે. ફરી આજે ચમત્કારથી વિપરિત પરિસ્થિતિ આપણી તરફેણમાં થઈ ગઈ છે પણ માફિયા ક્યાં ગયો હશે? એ સવાલ તો ઉભો થયો જ છે."

"રોનક ગોળીનો અવાજ, લાઈટ જવી અને હેલિકોપ્ટર ઉડવાનો અવાજ એ એમ બતાવે છે કે માફિયા ચીફ હેલિકોપ્ટરમાં બેસીને અત્યારે તો ઉડી ગયો છે. માફિયા ચીફ

છે તો બાહોશ અને ચાલાક, ગોળો વાગેલી પરિસ્થિતિમાં પણ એ હેલીકોપ્ટર સુધી પહોંચીને ભાગી ગયો. પણ રોમા ક્યાં? રોમાને તો સાથે નહિ લઈ ગયો હોયને? જો એમ હોય તો રોમાનાં જીવનું જોખમ છે. આવા માફિયા લોકો કોઈની ઉપર શંકા પડે એટલે પોતાનો જીવ બચાવવા ગમે તે કરે તેવા હોય છે. મને રોમાની ચિંતા થાય છે. રોમા અત્યારે ક્યાં હશે?"

બંને વાતો કરતા કરતા બહાર આવ્યા. આખાય કિલ્લામાં સન્નાટો છવાય ગયો હતો. ક્યાય કોઈ ચહલપહલ કે દોડાધામ નહોતી ફક્ત સિસ્ટમ રુમમાંથી અવાજ અને પ્રકાશ આવી રહ્યો હતો. બંને સાવચેતીથી સિસ્ટમ રૂમમાં આવ્યા કે અત્યારે સિસ્ટમ રૂમમાં કોણ હશે? બંને સિસ્ટમ રુમમાં આવ્યા તો દંગ રહી ગયા. બેનરજી સાહેબ ખુરશીમાં લાંબા પગ કરી આરામથી બેઠાં હતાં, જાણે પોતાની ઓફિસમાં બેઠા હોય તેમ.

જુગલકિશોર અને રોનક એક સાથે આશ્ચર્યથી બોલો ઉઠ્યા "ચીફ તમે અહીં ક્યાંથી? તો રિવોલ્વરમાંથી ગોળી તમે છોડી હતી? તો જ આટલું પરફેક્ટ નિશાન હોય. પણ માફિયા ચીફ તો છટકી ગયો. ચીફ તમે પણ ખરા છો જાણ કર્યા વગર ગમે તેના મહેમાન બની જાવ છો. અને ગોળી મારીને સ્વાગત પણ કરો છો, વળી પાછું ભાગી જવાની પણ તક આપો છો"

બેનરજી સાહેબે હસતા હસતા કહ્યું, "રોનક મેં તને કહ્યું હતું ને કે માફિયા ચીફને મારવો નથી આપણે તેને જીવતો પકડાવો છે. એ માફિયા જગતનું બહુ મોટું માથું છે એટલે તેનું ઘણા દેશોના માફિયા બોસ કે ચીફ સાથે સીધું નેટવર્ક છે. અહીયાની આ અદ્યતન કમ્પ્યુટર ટેકનોલોજી તેનો પૂરાવો છે. આ બધીજ માહિતી આપણે આ માફિયા ચીફ પાસેથી મેળવી આપણે તેનો અને તેના ઇન્ટર નેશનલ નેટવર્કનો, સંપર્કોનો નાશ કરવો છે. આ મોકો આપણને સામેથી મળ્યો છે એટલે મારે હાથમાંથી જવા નથી દેવો.દિલ્લીની ઓફિસે પણ આપણને છૂટો દોર આપ્યો છે."

"રોનક એ માટે વિગતવાર ચર્ચા પછી કરીશું. પહેલાં તું આ કમ્યુટર સિસ્ટમનાં કોડ પહેલાં જે હતા એ નાખી દે અને સાથે સાથે સિસ્ટમનાં માસ્ટર કમ્પ્યુટરને આપણા માસ્ટર કમ્યુટર અને આપણી બધાની ઘડિયાળ સાથે જોડી દે એટલે માફિયા ચીફ પાછો આવે અથવા અહીંના માણસોને જે સૂચના આપે કે તેના ઇન્ટરનેશનલ સંપર્કો સાથે જે કઈ ચર્ચા કરે તેની આપણને જાણ થતી રહે."

"હું તો જુદા વેશમાં છું છતાં તમે મને ઓળખી ગયા. રોનક અહીંના આ બે માણસોને તે બાંધી દીધા છે તેને છોડી નાખ. એ લોકો પણ આપણને મદદ કરવા માટે તૈયાર થઈ ગયા છે. તમને મદદ કરવા માટે એ લોકો એ હા પાડી પછી

તમારે તેને બાંધી નહોતા રાખવા. આ તો સારું થયું કે માફિયા ચીફને તમારી સાથેની માથાકુટમાં એ ખબર ન પડી, જો તેને આ જાણ થઈ હોત તો એ ચેતી જાત. અને તમને મળ્યા વગર જતો રહેત. રોનકે તેને વાતચીતમાં બહુ ગુસ્સે કર્યો હતો એટલે તેને પહેલાં તમારી સાથે હિસાબ ચૂકતે કરવો હતો. સિસ્ટમ રૂમમાં ગયો જ નહોતો એ આપણા ફાયદામાં રહ્યું. આ માફિયા ચીફ બહુ ચાલાક છે તેની સાથે સંભાળીને કામ કરવું પડશે."

"અત્યારે હાલ પૂરતું અહીયાનું મારું કામ પૂરું થઈ ગયું છે એટલે મારે આ સ્થાન છોડી દેવાનું છે. બીજી થોડીક વ્યવસ્થાઓ કરવાની છે. માફિયા ચીફને જીવતો પકડવાની યોજના બનાવવાની છે. તમારી એકેએક ગતિવિધિની મને જાણ થતી રહેશે એટલે કોઈપણ પરિસ્થિતિ ઉભી થાય ચિંતા ન કરતા હું હાજર જ છું."

"તમારે ફરીથી તમારા રુમમાં પુરાય જવાનું છે. બહારથી રુમને તાળું રેમ્બો મારી દેશે. તમારે અત્યારે રેમ્બો કોણ છે એ જાણવાની જરૂર નથી. જરૂર પડે કોડ વર્ડથી રેમ્બો સાથે ઓળખાણ કરી લેજો. હજી આપણે ઘણું કામ બાકી છે. માફિયા ચીફ હાલ પૂરતો ભાગી ગયો છે પણ એ શાંત નહિ બેસે કઈ ને કઈ ઉપદ્રવ જરૂર ઉભો કરશે. અને રોમા એટલે ઝુમ્બીની ચિંતા ન કરતા. રોમાને માફિયા ચીફ તેની સાથે

લઈ ગયો છે. તમારી ઘડિયાળ પર પૂરતું ધ્યાન આપજો એ જ આગળનો રસ્તો બતાડશે."

રોનકે બંને સિસ્ટમ રુમવાળા માણસોને બંધન મુક્ત કરી દીધા. અને સિસ્ટમ પૂર્વવત ચાલુ કરીને નીકળી ગયા. બંને જાણે કાઈ બન્યું જ નથી એમ પાછા રુમમાં પુરાય ગયા. રુમની બહાર રેમ્બો ચોકી કરી રહ્યો હતો એટલે કોઈ ચિંતાનું કારણ નહોતું. બંને વિચારમાં પડી ગયા કે ચીફ એકાએક આવીને પાછા ક્યાં જરૂરી કામ માટે ગયા હશે? પણ ચીફની હાજરી, રોમા, રેમ્બો, ચેતન બધાંજ અહીં છે એટલે હવે ચીફ, માફિયા ચીફનાં નાટકનો અંત કરવાનું પ્લાનિંગ કરતા હશે અથવા માફિયા ચીફને હાથો બનાવી બાકીના મોટા મોટા મગરમચ્છને સપડાવવા માટેનું પ્લાનિંગ કરતા હશે. આ માફિયા ચીફનો કારોબાર ખાલી ખંડણી વસુલીનો જ નહિ હોય. બીજા પણ ઘણા બિઝનેસ કરતો હશે. જેવો કે આ જંગલી સ્રીઓને વિદેશમાં ઉંચી કિંમતે વેચવાનો. આમાં માફિયા ચીફનો કોઈ દોષ નથી આ જંગલી સ્રીઓ ભલે જંગલી રહી પણ બધાંને ગમી જાય એવી હોય છે.

માફિયા ચીફ એકાએક ગોળબાર થવાથી અને પોતાનેજ ગોળી વાગવાથી ધુઅપુઆ થઈ ગયો હતો. તેને એ ન સમજાયું કે પોતાનાં ક્ષેત્રમાં, પોતાનાં તાબાનાં આઈલેન્ડ અને સુરક્ષિત એવા કિલ્લામાં તેની ઉપર કોણે ગોળીબાર કર્યો હશે? ગુસ્સાથી મગજ ધમધમી ગયું હતું. તેમજ બનાવ

એટલો ઝડપથી બન્યો કે તેને તેના જીવને બચાવવા ભાગવા સિવાય કોઈ વિકલ્પ નહોતો. બાકી તો સામાન્ય સંજોગોમાં આવો બનાવ બન્યો હોત તો કેટલાયને ગોળીએ દઈ દીધા હોત. આ બનાવ અને આ વિચારથી થોડોક મનથી ડરી પણ ગયો હતો. મનમાં ભય પેસી ગયો હતો. તેને કિલ્લામાં રહેતા પોતાના માણસો પર પૂરતો વિશ્વાસ હતો કારણ કે જંગલીઓને વેઠનાં કામ કરવા સિવાય કોઈ અગત્યના કામ આપતો નહોતો. બધી જ જગ્યાએ તેના પોતાનાં વતનનાં અને વિશ્વાસુ માણસો હતા. તો આમ કેમ બન્યું? શું પૈસા ખાતર તેનો જ કોઈ વિશ્વાસુ માણસ ફૂટી ગયો હશે? પણ અત્યારે આ બાબતે વધુ વિચારવાનો તેની પાસે સમય નહોતો.

એકાએક તેણે એક નિર્ણય કર્યો અને તુરતજ અમલ કરી હેલીકોપ્ટરમાં ભાગી ગયો..

27.
માફિયા ચીફ સાથે ફરીથી અથડામણ

બેનરજી સાહેબની સિસ્ટમનાં કોડ પૂર્વવત કરવાની અને સિસ્ટમરુમનાં માણસોને બંધન મુક્ત કરવાની યોજના સફળ થઈ. માફિયા ચીફ એકાએક નિર્ણય કરીને હેલિકોપ્ટરમાં ઉડી ગયો. તેને ઝુંબીને પૂછ્યું "ઝુંબી તને શું લાગે છે? આપણા અતિ સુરક્ષિત કિલ્લામાં જુગલકિશોર અને રોનક સિવાય બીજું કોઈ આવ્યું હશે? એ બંનેને તો મેં બંધક બનાવીને રૂમમાં પૂરી રાખ્યા છે. બાકી ટુરિસ્ટો તો હથિયાર વગરના પોતાનાં નસીબને દોષ દેતા રોતા બેઠા હશે. એ લોકોને તો આપણે તેના ઘરનાં સદસ્યોનો સંપર્ક પણ કરવા નથી દીધો. અને આ જંગલીઓની તાકાત નથી કે મારી ઉપર ગોળીબાર કરે. તેનો મુખીયા થોડો બુદ્ધિશાળી છે એ બહારની દુનિયાનો સંપર્ક કરવાની કોશિશ કરે છે. તેણે મદદ માટે બહુ પ્રયત્ન કર્યાં પણ કદાચ કોઈ આપણી બીકથી મદદ કરવા આગળ આવતું નથી. બાકી આ જંગલીઓને ક્યાં બંધુક કે રિવોલ્વર વાપરતા આવડે છે. એ લોકો તો તેનાથી ડરે છે એટલે તો આપણે આપણું સામ્રાજ્ય અહીં સ્થાપી શક્યા છીએ. ઝુંબી મને તારી ઉપર પૂરતો વિશ્વાસ છે."

"ચીફ તમે ખોટી ચિંતા કરો છો. જે કોઈ હશે તેને આપણા માણસોએ પકડી લીધો હશે. કદાચ તમારી સૂચનાની રાહ

પણ જોતા હોય એવું મને લાગે છે. તમે ફરીથી કિલ્લા પર આપણા માણસોનો સંપર્ક કરો.અને ચીફ તમે મારી ઉપર અવિશ્વાસ રાખોમાં હું તો તમારા પડછાયાની જેમ તમારી સાથે જ રહું છું. તમારી સૂચના પ્રમાણે મેં જંગલી સ્રીઓને એવી તૈયાર કરી છે કે તમને ધાર્યા કરતા વધારે પૈસા મળશે. પછી તમે ચીફ છો હું મારા વિષે વિશેષ તો શું? કહી શકું.”

“ના, ના, ઝુંબી મને તારી ઉપર જરા પણ અવિશ્વાસ નથી અને તારું સૂચન બરોબર છે આપણે કિલ્લામાં વાત કરી ત્યાંની પરિસ્થિતિ જાણી લઈએ. આપણા માણસો પણ કદાચ આ અચાનક બનેલા બનાવથી ગભરાય ગયા હોય.”

માફિયા ચીફે હેલિકોપ્ટરમાંથી કિલ્લાનો સંપર્ક કર્યો અને પરિસ્થિતિ જાણી ખુશ થઈ ગયો.

“ઝુંબી તારી વાત સાચી છે આપણા માણસોએ કિલ્લામાં હતા એ સંદિગ્ધ લાગતા બધાંજ માણસોને પકડી લીધા છે.આખરે જંગલીઓને મારી તાકાતનો પરિચય થઈ ગયો, એ મારી ઉપર ગોળી છોડનાર અણઘણને હું છોડવાનો નથી. ઝુંબી આ વખતે મને એ અણઘણનો ખાત્મો બોલાવવા દે જે. આપણા માણસોને સૂચના આપી દે કે કિલ્લાનો પુરેપુરો કબજો લઈ લે હું અને તું કિલ્લામાં પાછા ફરીએ છીએ. અને સખત તાકીદ કરજે કે આ વખતે મારી સુરક્ષામાં કોઈ ચૂંક ન

થવી જોઈએ. ઝુંબી તે મને બહુ મદદ કરી. તાત્કાલિક મને હેલીકોપ્ટર સુધી સહીસલામત પહોચાડી દીધો અને ડ્રેસિંગ કરી પાટો બાંધી દીધો. ઝુંબી તારો ખૂબ ખૂબ આભાર. આજે તું સાથે ન હોત તો એ અણઘણ જંગલી મારો ખાત્મો બોલાવી દેત. તે હેલીકોપ્ટરને તૈયાર રાખ્યું હતું એ પણ સારું કર્યું હતું. તારી સમય સૂચકતા કાબિલે તારીફ છે.”

આ બધો વાર્તાલાપ બેનરજી સાહેબ એન્ડ કંપની સાંભળતી હતી. પણ માફિયા ચીફને જીવતો પકડાવો હતો. આખાય ષડયંત્રનો સૂત્રધાર કોણ છે એ જાણવું હતું. બેનરજી સાહેબને માફિયા ચીફની પાછળ કોઈ વિદેશી તાકાતનો હાથ હશે એવી પૂરેપૂરી શંકા હતી જ અને મકાઉ આઈલેન્ડ સિવાય બીજે પણ માફિયા ચીફે પોતાનું નેટ વર્ક ગોઠવ્યું હશે જ. કારણ કે માફિયા ચીફને અહિયાનું ક્ષેત્ર બધી રીતે સુરક્ષિત લાગતું હતું. બધી રીતે રેઢું પડ તેને મળી ગયું હતું તેનો તેને મહતમ ઉપયોગ કરવો હતો.

“જુગલ ચીફ ક્યાં હશે? આપણને હજી સુધી બીજી કાઈ સૂચના મળી નથી. રોમા ખરી છે ઝુંબી બનીને માફિયા ચીફ સાથે ગોઠવાય ગઈ. માફિયા ચીફને સારો એવો લટ્ટુ બનાવી રાખ્યો છે.”

“રોનક આ જ તો આપણા ચીફની ખૂબી છે કોણ ક્યાં હશે એ કોઈને ખબર ન હોય છતાં મુશ્કેલીમાં ગમે ત્યાંથી પ્રગટ

થઈ જાય, જેવી રીતે ચીફ આપણને બચાવવા પ્રગટ થઈને અલોપ થઈ ગયા. ચીફ મકાઉ આઈલેન્ડ પર અને તે પણ કિલ્લામાં છે એવી ભણક પણ માફિયા ચીફને ન આવવા દીધી."

યોગાનમાં ફરીથી હેલીકોપ્ટર લેન્ડ થવાનો અવાજ આવ્યો. કિલ્લામાં ચહલપહલ દોડાદોડી થવા લાગી. માફિયા ચીફ એક પછી એક હુકમ છોડે જતો હતો. હવે તેને અહીંનું અપહૃત ટુરિસ્ટનું કામ જલ્દી ખતમ કરવું હતું. જે રીતે તેનાજ કિલ્લામાં તેની ઉપર ફાયરિંગ થયું એથી મનથી ડરી ગયો હતો. તેને ટુરિસ્ટોનાં ઘરના સદસ્યો પાસેથી પૈસા લઈને આ આઈલેન્ડ કોઈ વિદેશી દેશ કે અંધારી આલમનાં માફિયા ચીફને વેચી જલ્દીથી બીજા આઈલેન્ડ પર ભાગી જવું હતું. હવે તેને આ કિલ્લો પોતાની માટે અસુરક્ષિત લાગવા માંડ્યો હતો.

માફિયા ચીફે સૂચના આપી, "બંને જાસૂસોને આપણી સ્પેશિયલ ટોર્ચર ચેમ્બરમાં લઈ આવો જેથી આપણા ટોર્ચરનાં સાધનો જોઈને પોપટની જેમ બોલવા લાગે."

"આવો, સુપર જાસૂસ જુગલકુશોર અને રોનક. તમારી આગતા સ્વાગતમાં કાઈ કમી નથી રહીને? મેં બધીજ વ્યવસ્થા સુપર કરી હતી. તો બોલો તમારું અહીં આગમન શા માટે થયું છે? હજી સુધી હું તમારો ઈરાદો સમજી શક્યો નથી.

જો આ અપહૃત ટુરિસ્ટને છોડાવવા માટે થયું હોય તો હવે મારે તમારો આભાર માનવો પડે. તમારા ચીફ બેનરજી સાહેબ વીસ કરોડ રૂપિયા દેવા તૈયાર થઈ ગયા છે એમ કહીને કે તે અમારા માણસ નથી પણ ભારતીય નાગરિક છે એટલે તેને બચાવવા માટે હું ગમે તે રકમ આપવા તૈયાર છું. ખરા છે આ બેનરજી સાહેબ, પહેલાં નાં કહી હતી અને હવે તમને બચાવવા માટે પૈસા તૈયાર થઈ ગયા."

"એક રાજની વાત કહું. વીસ કરોડ લઈને પણ હું તમને બંનેને છોડવાનો નથી. તમારું ધાર્યું નહીં ભવિષ્યમાં ગમે ત્યાં અથડાઈ જાવ. મારા સુપર ચીફે એવું જોખમ લેવાની નાં પાડી છે. અને જરૂર પડે આ આખોય કિલ્લો ઉડાડી શકું એવી મેં અહીયાં વ્યવસ્થા ગોઠવી છે. એટલે જો ટુરિસ્ટો પૈસા નહી આપે તો મરવાના જ છે. હવે જીવવું કે મરવું એ તેના હાથમાં છે."

"તે, બોલી લીધું, તું ખોટા ભ્રમમાં છો. હકીકતમાં તારો અંત નજીક છે. તે આ જંગલીઓને બહુ સતાવ્યા છે. અત્યાર સુધી તારી ગનનાં જોરે તે દબાણમાં રાખ્યા હતા. આજે એ બધાંજ તારી વિરૂદ્ધ છે. તું ખોટા ભ્રમમાં કિલ્લામાં પાછો મરવા માટે આવ્યો છે. હવે પહેલાંની જેમ ઉડીને ફરીથી પાછો નહીં જઈ શકે."

"તારે મારી તાકાત જોવી છે."

કન્ટ્રોલ રુમમાં માફિયા ચીફે આદેશ કર્યો "બધાંજ મિસાઈલ અને વ્હેપન્સ એક્ટિવેટ કરી દયો અને હું કહું ત્યારે ભારત અને આઈલેન્ડના જંગલ વિસ્તારમાં નક્કી કરેલા ટાર્ગેટ ઉપર છોડી દયો. આ મુર્ખાઓ તેના દેશનો અને આ જંગલીઓનો ખોત્મો બોલાવ્યા વગર નહી માને."

"અરે! મૂરખ, તું અમારી વાત માની લે અને ન માનવી હોય તો એ અખતરો કરીને તારો ખતરો જાણી લે." આ વાર્તાલાપ દરમ્યાન ઝુંબી યાને રોમા માફિયા ચીફ પાસેથી સરકીને જુગલકિશોર, રોનક પાછળ આવીને ઉભી રહી ગઈ હતી.

"ચીફ, એક પણ મિસાઇલ્સ કે વ્હેપન એક્ટિવેટ નથી થતા. સિસ્ટમનાં કોડ કોઈ એ બદલી નાખ્યા હોય એમ લાગે છે."

"એમ કેમ બને? હમણાં તો થોડા સમય પહેલાં આપણે બધે વાત કરી સંદેશાઓ આપ્યા કે સ્થિતિ કન્ટ્રોલમાં છે. કોણે એ કામ કરવાની ગુસ્તાખી કરી છે? આજે તેનું મોત નિશ્ચિત છે."

"અંધારામાંથી અવાજ આવ્યો અરે! મૂરખ એવી ગુસ્તાખી મારી સિવાય બીજું કોણ કરી શકે."

“કોણ, બેનરજી સાહેબ, તમે પણ આ લોકો સાથે મરવા આવી ગયા.” એમ કહી માફિયા ચીફે રિવોલ્વરમાંથી બેનરજી સાહેબ પર ફાયર કર્યું. રિવોલ્વરમાંથી ખાલી ફુસ અવાજ આવ્યો.

“નકામી મહેનત કરાવી રહેવા દે, તારી રિવોલ્વરમાં નકલી ગોળી છે. તારો નકાબ ઉતાર એટલે તારી સાચી ઓળખાણ પડે. હું તો તને ઓળખી ગયો છું, `મિસ્ટર થુમ્બા યાને ચીફ ઓફ આફ્રિકન ટેરીટરી` પણ તારી પાછળના મોટા માથાનું નામ મારે જાણવું છે એ બોલી દે એટલે તું અને હું છુટા. તને તારા દેશને સોપી દઉં પછી એ લોકોએ તારું જે કરવું હોય એ કરે. અમારે તેની સાથે કોઈ લેવાદેવા નથી. તારા નેટવર્કનો આમેય અમે નાશ કરી નાખવાના છીએ.”

એકાએક માફિયા ચીફે જોયું તો ઝુંબી પોતાની સાથે નહીં પણ જુગલકિશોર પાસે ઉભી હતી. એ સમજી ગયો ઝુંબી પણ જાસૂસ છે. તેણે સ્વિચ બોર્ડ ઉપર રિવોલ્વરનો ઘા કર્યો, બધીજ લાઈટ બંધ થઈ ગઇ. રુમમાં ધમાચકડી મચી ગઇ તેનો લાભ લઈને માફિયા ચીફ થુમ્બા દોડીને હેલીકોપ્ટરમાં બેસીને ઉડી ગયો.

બેનરજી સાહેબ નિષ્યિંત મને રુમમાં લાઈટ કરી દાખલ થયા. થોડાં સમય પછી બહાર હવામાં ધડાકો થયો પણ હેલીકોપ્ટર સાથે માફિયા ચીફ મિસ્ટર થુમ્બા સહીસલામત

ભાગી ગયો હતો. એ ધડાકો નેવી શીપના ફાયરનો હતો. જે થુમ્બાના હેલીકોપ્ટરને ઉડાડી દેવામાં નિષ્ફળ ગયો હતો.

"ચીફ આપણે તો માફિયા ચીફને જીવતો પકડાવો છે. એ તો હેલીકોપ્ટરમાં ભાગી ગયો."

"જુગલ તારી વાત સાચી છે. માફિયા ચીફ થુમ્બા અહીંથી ભાગ્યો પછી તેણે તેના આજુબાજુનાં બધાંજ સંપર્કોને કિલ્લામાં એકઠા ન થવાનો સંદેશો આપી દીધો હતો. તેને સમાચાર મળી ગયા હતા કે `ઓપરેશન ઈગલ` દ્વારા તેને જીવતો પકડવાનો પ્લાન છે. આ વાત મને રોમાએ કોડેડ સંકેત દ્વારા હેલીકોપ્ટરમાંથી જણાવી હતી.

જેવી થુમ્બાને કમ્પ્યુટર સિસ્ટમ કામ નથી કરતી એવો સંદેશ મળ્યો એટલે તે સમજી ગયો કે તે બાજી હારી ગયો છે. એટલે તે હેલીકોપ્ટરમાં બેસીને છટકી જવા ભાગ્યો. તેના આ પ્લાનને મારી સૂચનાથી આકાશમાં પેટ્રોલીંગ કરતા નેવલનાં હેલીકોપ્ટરોએ નિષ્ફળ બનાવવા માટે હવામાં ફાયર કર્યું પણ થુમ્બા છટકી જવામાં સફળ થઈ ગયો. પણ એ ભાગીને જશે ક્યાં? એ ચારેતરફથી ઘેરાયેલો છે. એ થુમ્બા જાણતો નથી. એટલે થુમ્બા ગભરાહટમાં કોઈ ભૂલ જરૂર કરશે જ. બસ આપણે તેની આ ભૂલની રાહ જોવાની છે.

28.

બેનરજી સાહેબનું પ્લાનિંગ

“જુગલ, તને અને રોનકને નવાઈ સાથે આશ્ચર્ય થાય છે કે રોમા અહીંયા કેવી રીતે આવી? અને ઝુંબી તરીકે ગોઠવાઈને માફિયા ચીફ થુમ્બા સાથે જોડાઈ ગઈ. આપણને ખબર મળ્યા કે પ્લેનને હાઈજેક કરીને મકાઉ આઈલેન્ડ ઉપર લાવવામાં આવ્યું છે. મેં તમને બંનેને જરૂરી સૂચના સાથે `મિશન ઓપરેશન ઈગલ` માટે મોકલી દીધાં. અને મકાઉ આઈલેન્ડ માટેની જરૂરી માહીતી મેળવી લીધી.”

”મેં આંદામાન નિકોબારની બધી ઓર્થોરિટી સાથે વિડીયો કોન્ફરન્સ કરી તો મને જાણવા મળ્યું કે મકાઉ આઈલેન્ડ એક આઈસોલેટેડ અને દરિયામાં અવિકસિત આઈલેન્ડ છે. સૂરક્ષાનાં હેતુથી દરિયાઈ રસ્તા માટે પણ તેનો ઉપયોગ થતો નથી. કોઈ જહાજ ભૂલેચૂકેય ત્યાંથી પસાર થાય તો આઈલેન્ડ પરના જંગલીઓ જહાજ પરના બધાંજ માણસોને મારીને જહાજનો કબજો લઈ માલને લૂટીને જહાજને તોડીને દરિયામાં ડુબાડી દે છે જેથી બીજા કોઈ તેનો ઉપયોગ ન કરી શકે. કોઈને જહાજ ગુમ થવાના કે અધટિત બનાવની જાણ ન થાય. ત્યાં અભણ અને અશિક્ષિત જંગલીઓની જ વસ્તી છે. બીજી કોઈ બહારની વ્યક્તિને આઈલેન્ડ પર પહોચવા દેતા નથી. સ્વરક્ષણ માટે તીર કામઠા અને લાંબા છરાનો

શસ્ત્ર તરીકે ઉપયોગ કરે છે. પણ આઈલેન્ડ પરનો જંગલીઓનો મુખીયા સુધારાવાદી વિચારસરણી ધરાવે છે. તેને આઈલેન્ડને વિકસિત કરવાની ઈચ્છા છે. આ માટે એ ઘણી વખત અંદામાન નિકોબાર આવી ગયો છે. અને પોતાના આઈલેન્ડને વિકસિત કરવા માટે તત્પર છે. આથી તે અંદામાન નિકોબાર નેવલ ઓર્થોરિટીનાં સંપર્કમા પણ રહે છે. આ માહિતીએ આપણું, મારુ કામ સરળ કરી દીધું. મેં નેવલ ઓર્થીરીટીની મદદથી મકાઉ આઈલેન્ડના મુખીયા સાથે સંપર્ક કરવા માટેની વ્યવસ્થા ગોઠવી નાખી. મકાઉ આઈલેન્ડનો મુખીયા બધી રીતે મદદ કરવા માટે ખંચકાટ અનુભવતો હતો. તેને વિચારવાનો સમય જોઈતો હતો કે આપણને આઈલેન્ડ પર જવા દેવા કે નહી. તેને મનમાં ભય હતો કે આપણે પણ માફિયા ચીફની જેમ આઈલેન્ડનો કબજો કરવા તો નથી માંગતા ને."

"રોમા અને મનોજને આંદામાન નિકોબાર દ્વીપસમૂહના ટાપુઓમાં રહેતા જંગલીઓની ભાષા સમજતા અને બોલતા આવડે છે. રોમા અને મનોજ આપણી સાથે જોડાયા તે પહેલાં અંદામાન નીકોબાર દ્વીપસમૂહના ટાપુઓના અભ્યાસ માટે ત્યાં રહ્યા છે. બંને જંગલીઓની ભાષા સારી રીતે જાણે છે. આથી મેં ફરી મકાઉ આઈલેન્ડના મુખીયાનો સંપર્ક કરી તેની મદદ માગી પહેલાં તો તેણે નાં પાડી પણ પછી બધી વિગતથી વાત કરી મેં મુખીયાને સમજાવ્યું કે તમારી મદદ વગર અમે આ મિશન પૂરું નહિ કરી શકીએ તેમજ તમારી

મદદના બદલામાં અમે તમારા આઈલેન્ડના વિકાસ માટે ભરપુર મદદ અને સહાય કરીશું. અમારે તમારા આઈલેન્ડનો વિકાસ કરવો છે તેનો કબજો કરવાની અમારી કોઈ ઈચ્છા કે ચાલ નથી. મુખીયાને મારી વાત સમજાય ગઈ અને બધી મદદ કરવા માટે તૈયાર થઈ ગયો."

મકાઉ આઈલેન્ડના મુખીયાની મદદથી રોમા ઝુંબી બનીને અને મનોજ રેમ્બો બનીને ગોઠવાય ગયા. તમારે મકાઉ આઈ લેન્ડ ઉપર જે જંગલીઓનો સામનો કરવો પડ્યો તે યોજનાનો એક ભાગ હતો. એ એટલા માટે કે જો તમને પહેલેથી જ યોજનાની ખબર હોય તો તમે નિષ્ફિકર થઈ જાવ અને જરૂરી સાવચેતી ન રાખો. કારણ કે આપણને માફિયાનું તંત્ર ક્યાં ને કેવી રીતે ગોઠવાયેલું છે એ ખબર નહોતી. તમને ખબર હોય તો તમે આઈલેન્ડ નજીક પહોંચ્યા ત્યારે એક તીર જુગલના કાન પાસેથી સનસન કરતું નીકળી ગયું હતું કારણ કે એ તીર તમને કોઈ નુકશાન કરવા માટે નહોતું, પણ તમારે આઈલેન્ડ પર પૂરતી સાવચેતી રાખવાની છે એવો સંકેત એ તીરથી આપવામાં આવ્યો હતો. બાકી આ લોકો અચૂક નિશાન બાજ હોય છે. અને તમે એ સંકેત પ્રમાણે પૂરતી સાવચેતી રાખીને આઈલેન્ડ પર પહોંચી ગયા, જે તમારો પહેલો પડાવ હતો."

"ત્યારબાદ યોજના પ્રમાણે તમને જંગલની કેડી રસ્તે ચડાવી રેમ્બો સુધી પહોંચાડવાનાં હતા. એટલે તો

જગલીઓએ તમને જોયા હોવા છતાં તમારી ઉપર તીર કે બીજી કોઈ રીતે હુમલો ન કર્યો અને તમારી યોજના પ્રમાણે સ્મોક બોમ્બથી બેભાન થઈને ઉંઘી ગયા. આ પણ તમને રેમ્બો સુધી પહોચાડવાની યોજનાનો એક ભાગ જ હતો. તમે કેડી રસ્તે રેમ્બો સુધી પહોંચી ગયા. રેમ્બોને ખબર હતી કે તમે ત્યાં સુધી પહોંચી ગયા છો પણ મારી સૂચના પ્રમાણે મનોજે રેમ્બોનો રોલ તમને જરા પણ શંકા ન જાય તે પ્રમાણે ભજવવાનો હતો જેમાં એ સફળ થયો. તમારા મનમાં આવી અણધારી મદદ માટે શંકા તો ઉભી થઈ હતી પણ તમે ત્યાં પહોંચ્યા પછીની બાજી રેમ્બો એટલે કે મનોજે સંભાળી લીધી હતી અને તમે કિલ્લામાં પ્રવેશ્યા ત્યાં સુધી તમને સંપૂર્ણ મદદ કરતો રહ્યો. તમે કિલ્લામાં પહોચ્યા પછી મેં અને રેમ્બોએ કિલ્લામાં જગલીઓને પહોચાડવા માટે અને તમને મદદ માટે બીજી યોજના અમલમાં મૂકી.

હવે રોમાએ ઝુંબી બનીને જંગલી સ્ત્રીઓનું ગ્રૂપ બનાવી માફિયા ચીફનાં માણસો દ્વારા પકડાઈને કિલ્લામાં પહોંચી જવાનું હતું. એ કામ પણ મુખીયાની મદદથી સરળતાથી પતી ગયું. રોમા તેના જંગલી સ્રીઓના ગ્રુપ સાથે સહેલાઈથી કિલ્લામાં પ્રવેશી ગઈ. આ વાત ફક્ત હું, મુખીયા અને મનોજ જાણતા હતા. રોમા માટે આ રસ્તો જોખમી હતો. જો માફિયા ચીફને જરા પણ શંકા પડે તો રોમાનું કામ તમામ કરી નાખે. પણ માફિયા ચીફને પ્રેમ જાળમાં ફસાવી બધી માહિતી મેળવી જરૂરી હતી. માફિયા ચીફ કોણ છે? તેનું નેટ વર્ક શું

છે? અને તેની સાથે કોણ કોણ અને ક્યાં ક્યાં દેશો જોડાયેલ છે? એ બધુંજ જાણવું જરૂરી બની ગયું હતું. ટુરિસ્ટોનું અપહરણ ફક્ત પૈસા માટે કે બીજા કોઈ હેતુ માટે કર્યું છે કે કેમ? એ પણ જાણવું જરૂરી હતું. કારણ કે અપહતમાં ચાર જુદા જુદા ક્ષેત્રના ખ્યાતનામ વૈજ્ઞાનિકો પણ હતા. અને તમને તો ખબર છે કે બીજા દેશો આપણા વૈજ્ઞાનિકોમાં ખુબ જ રસ લે છે એટલે ખાસ કરીને તેમની સૂરક્ષા પણ જરૂરી હતી. આ માફિયા ચીફ એવો લુચ્ચો છે કે વૈજ્ઞાનિકોનાં ઘરના પાસેથી પૈસા લઈને બીજા દેશને વૈજ્ઞાનિકને વેચી દે એવો છે. આ બાબત પણ મારા ધ્યાનમાં આવી હતી. આ વાત પણ તેની યોજનાનો એક ભાગ હતી."

"રોમાની બાબતમાં થયું પણ એમ જ માફિયા ચીફ જંગલી સ્ત્રીઓનો શોખીન હતો એટલે આસાનીથી રોમાની પ્રેમ જાળમાં ફસાયને લટટું બની ગયો. રોમાએ ચાલાકીથી તેને ગોળ ગોળ ફેરવ્યા કર્યો અને માહિતી મેળવીને મને મોકલી દેતી હતી.તમારી બધીજ ગતિવિધિની મને જાણ થતી રહેતી હતી. તમને જરૂર પડે તો જ મદદ કરવાની હતી આ મેં સૂચના આપી રાખી હતી."

"મેં, રોમાને તમને મળવાનો સંદેશો આપ્યો અને તમને જાણ કરી કે રોમા તમને મળશે. રેમ્બો એ તેના માણસો કિલ્લામાં ધીરે ધીરે ગોઠવી દીધાં અને યોજના પ્રમાણે આખાય કિલ્લાનો કબજો પોતાના હાથમાં લઈ લીધો. માફિયા

ચીફ થુમ્બા અતિ આત્મવિશ્વાસ અને અભેદ્ય કિલ્લાનાં વહેમમાં સૂરક્ષા વ્યવસ્થામાં થાપ ખાઈ ગયો. આથી તેણે તેના બદલાઈ ગયેલા માણસો વિષે જરા પણ ધ્યાન ન આપ્યું. માફિયા ચીફને અહીની અદ્યતન ટેકનોલોજી ઉપર બહુ વિશ્વાસ હતો અને એ ખોટો પણ નહોતો. તે અહીંથી દુનિયાના કોઈ પણ ખૂણે તેનાં સંપર્કો સાથે વાત કરી શકતો હતો. માફિયા ચીફે ટૂંકા ગાળામાં બહુ મોટું સામ્રાજ્ય સ્થાપી દીધું હતું. એનું એક કારણ એ હતું કે તેને અહીયાં કોઈ રોકટોક નહોતી. આપણી મશીનરી સાવ સાયલેન્ટ બેઠીને હતી."

રોનક તમેં શરૂઆતમાં સિસ્ટમ રુમનો કબજો લઈ જે સિસ્ટમ કોડ બદલી નાખ્યા તેનો બહુ મોટો ફાયદો થયો. અહીંની દરેક ગતિવિધિની મને જાણ થતી હતી. તમારા વિશે મને રેમ્બો યાને મનોજ અને ચેતન માહિતી આપતા રહેતા હતા. મેં ચેતનને પ્લેનનો કબજો જાળવી રાખવાની સૂચના આપી હતી એટલે એ કિલ્લામાં બહુ ઓછો આવી શકતો હતો. પણ રેમ્બો તો બધેજ તેના માણસો ગોઠવાઈ ગયા હોવાથી બે રોકટોક ગમે ત્યાં જઈ શકતો અને સૂચના આપતો હતો. પણ રેમ્બો એટલે મનોજે પણ જંગલીઓ પર પૂરતો આધાર કે વિશ્વાસ નહોતો રાખ્યો એટલે તો તેણે તમને કામ પતાવીને રૂમમાં પાછા જતા રહેવાની સૂચના આપી હતી. જેથી તમારી ગતિવિધિની કોઈ ફૂટેલો જંગલી માફિયા ચીફને જાણ ન કરી દે. તમારો આખોય હવાલો મનોજે અને રોમાએ

સાંભળી લીધો હતો. એ બે જ તમને મળવા આવતા હતા. એ બે સિવાય તમારા વિષે કોઈને ખબર પાડવા દીધી નહોતી."

માફિયા ચીફ થુમ્બાનું જબરું નેટ વર્ક છે. આખી દુનિયાની અંધારી આલમના ખેરખા સાથે તેના સંપર્કો છે એ જાળવી રાખવા માટે તો તે આ જંગલી સ્રીઓને પકડી બધાંને ભેટ રૂપે આપતો રહેતો હતો. તેને જરા પણ આપણી યોજનાની ખબર પડે તો આખુંય નેટવર્ક કામે લગાડી દે. આપણું મિશન નિષ્ફળ જાય અને ટુરિસ્ટ બંધકોનો ભોગ લેવાય જાય. મારે એમ નહોતું થવા દેવું. માફિયા ચીફ બેફિકર થઈને તેની યોજનામાં આગળ વધે એટલે તેને બધી જ રીતે છૂટો દોર મેં આપ્યો હતો.

29.

ટુરિસ્ટનો છુટકારો અને બેનરજી સાહેબ પર સંદેશો

"જુગલ, માફિયા ચીફ તો ભાગી ગયો પણ એ શાંતિથી નહી બેસે. આપણે માફિયા ચીફ કોઈ યોજના કરે કે એક્શન લે તે પહેલાં માફિયા ચીફને ખબર ન પડે તે રીતે આ અપહૃત ટુરિસ્ટોને મુંબઈ મોકલી દઈએ. માફિયા ચીફનો કોઈ ભરોસો ન કરી શકાય એ આ કિલ્લાને ઉડાડી દેવાનું પગલું લેતા પણ અચકાય તેવો નથી. એટલે આપણે આ ટુરિસ્ટો માટે કોઈ જોખમ લેવું નથી. ત્યારબાદ આપણે માફિયા ચીફના આગળના એક્શન રાહ જોઇને તે પ્રમાણે પ્લાનિંગ કરીએ."

"ચીફ તમારી યોજના બરોબર છે. ટુરિસ્ટો અહીયા નહી હોય તો આપણને માફિયા ચીફ અને તેના સાથીઓનો સામનો કરવો સરળ રહેશે. તેમજ ટુરિસ્ટો અહીંથી પાછા મુંબઈ પહોંચી ગયા છે એ જાણીને માફિયા ચીફ કદાચ ઢીલો પડી જશે અથવા તો કોઈ ભયંકર ભૂલ કરી બેસશે. આપણે તો આ આઈલેન્ડને માફિયા ચીફ અને તેના નેટવર્કનો ખાત્મો બોલાવ્યા પછી જ છોડવો છે."

એક મોટા હોલમાં બધાં ટુરિસ્ટને ભેગા કર્યા. ટુરિસ્ટ હજી પણ ગભરાયેલા, ચિંતામાં, ખાધાપીધા વગરનાં શારીરિક અને માનસિક રીતે નંખાયેલા હતા. અત્યારે પણ એ લોકો ચિંતામાં હતા કે માફિયા ચીફે ફરી બધાંને શું કામ બોલાવ્યા હશે? એ લોકોને જુગલકિશોર અને રોનક પકડાઈ ગયા છે એવી જાણ માફિયા ચીફે કર્યા પછી બધાએ મનથી માની લીધું હતું કે પૈસા આપવા છતાં અમે અહીયાંથી ક્યારેય ઘરે પાછા જઈ શકીશુ નહીં. આ માફિયા ચીફને પૈસા પણ જોઈએ છે અને પૂરાવાનો નાશ પણ કરી નાખવો છે. બધાંએ પોતાને ભગવાન ભરોસે છોડી દીધા હતા. બધાં જ નાશીપાસ થઈને બેઠા હતા. તેમને જયારે કહેવામાં આવ્યું કે તમને બેનરજી સાહેબ બોલાવે છે ત્યારે પણ તેમને એ કહેનાર પર ભરોસો નહોતો બેઠો. એ લોકોને હજી પણ વિશ્વાસ નહોતો બેસતો કે અહીયાં આવા દુર્ગમ આઈલેન્ડ પર કોઈ કેવી રીતે પહોંચી શકે. બધાંએ જે હશે તે જોયું જશે એમ માનીને બધાંજ ટુરિસ્ટો હોલમાં જવા તૈયાર થયા.

બેનરજી સાહેબે કહ્યું. “તમે લોકો ચા, પાણી, નાસ્તો કરી સ્વસ્થ થઈ જાઓ. હવે ચિંતા કરવાનું કોઈ કારણ નથી. તમારું અપહરણ કરનાર માફિયા ચીફ થુમ્બા ભાગી ગયો છે. તમારે માફિયા ચીફનો અત્યારે કોઈજ ભય રાખવાની જરૂર નથી. હવે તમે સંપૂર્ણ રીતે સુરક્ષિત છો. મારે તમારી પાસેથી એ જાણવાનું છે કે તમે બધાંજ સુશિક્ષિત છો, તો પછી આ ષડયંત્રનો ભાગ કેવી રીતે બની ગયા. આ વાત મેં તમને

પહેલાં પણ મિટિંગમાં આવ્યા ત્યારે પૂછી હતી. આ તો તમારા નસીબ સારા હતા કે ડોક્ટર રામનાથને નાનો તો નાનો પ્લેન હાઈજેકિંગ થઈ શકે છે એ મતલબનો સંદેશો જુગલનાં જન્મદિવસની કેકમાં મોકલાવ્યો અને અમે એક્શનમાં આવ્યા. તમારામાંથી કોઈકે વધારે માહિતી જો ત્યારે આપી હોત તો તમારે જે મુશ્કેલી અહીયા વેઠવી પડી એ વેઠવી ન પડી હોત. બીજું તમે, મેં આપેલા રેડિયો ઇન્સ્ટ્રુમેન્ટનો પણ ઉપયોગ ન કર્યો કે ન કોઈ માહિતી આપી. મેં તમને એ તમારી સુરક્ષા અને અમે તમારી સુધી પહોંચી શકીએ એ હેતુથી આપ્યો હતો. ત્યારે તમારું જ પ્લેન હાઈજેક થશે એ અમે જાણતા નહોતો. એ રેડિયો ઇન્સ્ટ્રુમેન્ટ પણ તમે લોકોએ એરપોર્ટ પર કચરા ટોપલીમાં નાખી દીધું હતું."

"બેનરજી સાહેબ, તમારી વાત સાચી છે. એક તો અમે બધાં મફત ટુર અને અવિકસિત ટાપુનાં વિકાસમાં યોગદાન આપી દુનિયામાં માન-સન્માન અને પ્રસિદ્ધિ મેળવી શકીશું એવી ગણત્રીથી જોડાયા અને વગર વિચાર્યે પાસપોર્ટ આપી દીધા હતા. અમને સારા એવા પૈસા મળશે એવું વચન પણ આપવામાં આવ્યું હતું. અમે આ બધાં પ્રલોભનમાં આવી ગયા હતા. તમે મિટિંગ બોલાવી ત્યારે અમે તમારી વાતને હળવાશથી લીધી હતી. તેમજ મહદઅંશે તેને અવગણી હતી. પણ જ્યારે સાચી હકીકત સામે આવી અમને ટુરમાં જોડાવા માટે દબાણ કરી ધમકી આપવામાં આવી ત્યારે અમે સૌ મૂંઝાય ગયા હતા. એ તો સારું થયું કે ડોક્ટર રામનાથને

હિંમત કરી નાનો પણ અગત્યનો સંદેશો તમને મોકલી દીધો હતો. ડોકટર સાહેબ પોતે આ વાતથી દુઃખી હતા એટલે આ વાત અમને પણ કરી નહોતી કે ડોક્ટર સાહેબ અમને આ વિષે કઈ કહી શક્યા નહોતા. તમે અત્યારે કહ્યું એટલે ખબર પડી. અને એટલે જ જુગલકિશોર અને રોનક અમારો પીછો કરતા કરતા અહીં અમારા સુધી પહોંચી ગયા હતા. પણ જુગલકિશોર અને રોનક પકડાય ગયા છે એવી જાણ અમને માફિયાના માણસોએ કરી ત્યારે અમે થોડા નાસીપાસ થયા હતા પણ નાં હિમંત નહોતા થયા. અમને તમારા પર ઊંડે ઊંડે વિશ્વાસ હતો કે તમે કંઈક યોજના જરૂર બનાવશો."

"અમે બધાં એટલા ડરી ગયા હતા કે કઈ કરવાની હિમત નહોતી ચાલતી. સાથે સાથે અમારા ઘરનાં લોકોની પણ ચિંતા થતી હતી. માફિયા ચીફે અમને અમારા ઘરનાં સદસ્ય વિષે પણ ધમકી આપી હતી કે તમે લોકો અહીયાં કઈ ચુ કે ચા કરશો તો તેનું પરિણામ તમારા ઘરનાં લોકોએ ભોગવવું પડશે."

"તમે, અમને રેડિયો ઇન્સ્ટ્રુમેન્ટ આપતી સમયે તાકીદ કરી હતી કે આ ઇન્સ્ટ્રુમેન્ટ અમારે સાથે રાખવું હિતાવહ છે. એ બાબતને પણ અમે હળવાસથી લીધી હતી અને માફિયાના માણસોના કહેવાથી અમે બધાંએ તમે આપેલ રેડિયો એરપોર્ટ ઉપર જ છોડી દીધો હતો. તમારી આ વાતનો અહેસાસ અમને પ્લેનમાં જ થઈ ગયો હતો કે રેડિયો જો સાથે લઈ

લીધો હોત તો અમારું પ્લેન હાઇજેક થયું છે એ સંદેશો તમને આપી શકત. અમે અમારી મુશ્કેલી જાતેજ ઉભી કરી હતી એટલે અમે, તમને અમારી પરિસ્થિતિની જાણ કરીએ તો પણ કેવી રીતે કરીએ."

"અમે બીજી ભૂલ એ કરી કે વિદેશી ટુર આયોજક વિશે કોઈ વિશેષ તપાસ ન કરી અને જેટલી તપાસ કરી એ અમને સંતોષ જનક લાગી. અમે એક બીજાને જાણતા પણ નહોતા કે તે વિષે કોઈ માહિતી પણ ટુર આયોજક પાસેથી માગી નહોતી. જો એ માહિતી અમે માગીને એક બીજાનો સંપર્ક કર્યો હોત તો કદાચ અમે આ ટુરમાં ન જોડાયા હોત. પ્લેનમાં પ્લેન હાઈજેક થયાની માહિતી મળ્યા પછી અમને સમજાયું કે અમારું પ્લેન હાઈજેક કોઈ વિદેશી માફિયા દ્વારા થયું હતું એટલે કદાચ અમારી આ ટુર વિશેની જાણ સાચા વિદેશી ટુર અયોજકને પણ નહીં હોય કે જેના નામે અને તેના નામનો ઉપયોગ કરીને અમને છેતરવામાં આવ્યા હતા. અમે ભણેલ ગણેલ થઈને પરિસ્થિતિ ન સમજી શક્યા એ અમારા માટે સારું તો ન જ કહેવાય. પણ એ બધું રાંડ્યા પછીના ડહાપણ જેવું હતું. પરિસ્થિતિ અમારા હાથમાંથી નીકળી ચૂકી હતી. અમે પૂરી રીતે માફિયા ચીફની ચુંગાલમાં ફસાય ચૂક્યા હતા. અમે ક્યાં છીએ? એ પણ અમને ખબર નહોતી."

"જુગલકિશોર અને રોનક સાથેની મુલાકાત પછી અમારામાં હિંમત આવી હતી અને અમે અપહરણકર્તાને એક

પણ પઈસો નહીં આપવા માટે મક્કમ થઈ ગયા હતા. બંનેનાં પકડાઈ જવાથી થોડા નાસીપાસ જરૂર થયા હતા પણ અમે બધાં હિંમત નહોતા હાર્યા. અમને તમારી ટીમમાં વિશ્વાસ હતો. જુગલકિશોર અને રોનકમાં અમને વિશ્વાસ હતો કે એ બંને ભલે પકડાય ગયા પણ ગમે તેમ કરીને અમને આ પરિસ્થિતિમાંથી જરૂર બહાર કાઢશે. એક વખત અમને એવો પણ વિચાર આવ્યો હતો કે માફિયા ચીફ અમને માનસિક રીતે ભાંગી નાખવા માટે તો જુગલકિશોર અને રોનક પકડાય ગયાની વાત નહી કરતો હોય ને? બાકી અમને આ વાત તેણે કરવાની શું જરૂર હોય? માફિયા ચીફને ક્યાં ખબર હતી કે એ બંને અમારી મુલાકાત લઈને વિગત જાણી ગયા છે.”

“છતાં અમને માફિયા ચીફની વાત પરથી એવું લાગ્યું હતું કે માફિયા ચીફને અમારી ઉપર જરૂર કંઈક શંકા પડી છે અથવા જુગલકિશોર અને રોનકની કિલ્લામાં આવ્યાની તેને ખબર પડી હશે અથવા તો જુગલકિશોર અને રોનક અમને મળી ગયા છે એ વાતની ક્યાંકથી જાણ થઈ હશે. આ શંકા અમને એટલે પડી કે તેણે અમારા ઉપરનો ઝાપતો કડક કરી દીધો હતો અને અમને એક એકને બોલાવીને કોઈ મળવા આવ્યું હતું કે નહીં એ વિશે સતત પૂછપરછ કરતો હતો. પણ અમે એક પણ વાત માફિયા ચીફને નહોતા કરતા એટલે માફિયા ચીફ અકળાયો હોય એવું લાગતું હતું. કારણ કે પહેલાં અમને શાંતિથી ધમકી આપતો હતો પછી તો રીતસરની ગુસ્સા ભરી ધમકી આપીને ધમકાવતો હતો. તેના

ગુસ્સામાં અમને કોઈ છૂપા ભયથી પીડાતો હોય એવું લાગતું હતું. હવે અમને તેના ભય અને ગુસ્સાનું કારણ સમજાય છે. એ જુગલકિશોર અને રોનકની કિલ્લામાં હાજરીથી ડરી ગયો હતો. આથી કિલ્લામાં સુરક્ષા માટેની ગતિવિધિ વધારી દીધી હોય એમ અમને લાગ્યું હતું. અમે રૂમની બહાર તો નીકળી શકીએ તેમ નહોતા. પણ બહાર જે ધમાલ થતી હતી તેનાં પરથી અમે અનુમાન લગાવ્યું હતું."

બેનરજી સાહેબે કહ્યું, "તમે લોકોએ જુગલકિશોર અને રોનક તમને મળી ગયા છે એ વાત માફિયા ચીફને નહી કરીને સારું કામ કર્યું હતું. હવે તમે ચિંતામુક્ત થઈને તમારા ઘરનાં સદસ્ય સાથે વાત કરી લ્યો. એ લોકો પણ ચિંતા કરતા હશે. અમારે તમને જેટલી બને એટલી જલ્દીથી મુંબઈ મોકલી દેવા છે."

"રોનક બધાંને સિસ્ટમ રુમમાં લઈ જા અને ઘરનાં સદસ્ય સાથે વાત કરવી દે. હું અને જુગલ પ્લેનની સ્થિતિ જાણી લઈએ. આ લોકોને આજે જ ચુપચાપ મુંબઈ તેમના ઘરે સહીસલામત પાછા મોકલી દેવા છે."

"તમે લોકો મુંબઈ પહોંચી ગયા પછી પણ અમારું મિશન પૂરું ન થાય ત્યાં સુધી કોઈને આ બાબતની વાત ન કરતા. કદાચ માફિયા ચીફના સંપર્કોને ખબર પડે તો માફિયા ચીફ ચેતી જાય અને અમારું મિશન છેડે આવીને નિષ્ફળ જાય."

ચેતને પ્લેનની સારી સંભાળ અને સૂરક્ષા કરી હતી તેને ખબર હતી કે આ જ પ્લેનમાં ટુરિસ્ટને સહીસલામત પાછા લઈ જવાના છે. એટલે પ્લેન ગમે ત્યારે ઉડી શકે એ સ્થિતિમાં રાખવું જરૂરી હતું.

બધાંજ ટુરિસ્ટે ભારે હૈયે પણ આનંદથી મકાઉ આઈલેન્ડને અલવિદા કરીને ઘરે જવા રવાના થયા. બેનરજી સાહેબને એક સંદેશો મળ્યો.

30

બેનરજી સાહેબની પ્રેસ કોન્ફરન્સ

બેનરજી સાહેબ ઉપર અંદામાન નિકોબાર નેવલ ઓર્થોરીટીનો સંદેશો હતો કે માફિયા ચીફ છટકી ગયો છે એ વાતની જાણ અહીયા બધાને થઈ ગઈ છે. એટલે ટી. વી. મીડિયા અને પ્રેસ તમારી સાથે મિટિંગ કરી સાચી હકીકત જાણવા માંગે છે કે માફિયા ચીફ કેવી રીતે છટકી ગયો? અને છટકીને ક્યાં ગયો હશે?. અપહૃત ટુરિસ્ટોનું શું થયું? વગેરે વગેરે માહિતી એ લોકોને જાણવી છે.

બેનરજી સાહેબે જુગલકિશોર સામે જોઇને કહ્યું,. "આ તો સારી તક છે. આપણી પાસેથી મીડિયા, ટી. વી. પ્રેસને એ જ જાણવું હશે કે માફિયા ચીફ કેમ છટકી ગયો? અને હવે પકડાશે કે કેમ? આપણે અત્યાર સુધી શું કરતા હતા? તો આપણે પ્રેસ કોન્ફરન્સ કરીને માહિતી આપી દઈએ કે માફિયા ચીફ અત્યારે તો છટકી જવામાં સફળ થયો છે પણ ટૂંક સમયમાં જ કાં તો એ પકડાય જશે અથવા તેનો ખાતમો બોલો જશે."

જુગલકિશોરે કહ્યું "ચીફ કોઈ વાંધો નહી. અત્યારે અહીં કોઈ જાતનો ભય નથી એટલે બધાને અહીજ બોલોવીને મિંટીગ કરીએ એટલે એ લોકો પણ આ દુર્ગમ કિલ્લાની

વ્યવસ્થા જોઇને જાણી લે કે આ કિલ્લા સુધી પહોચવું એ કઈ નાનીમાં નાં ખેલ નથી. તેમજ એ લોકોના સવાલના જવાબ પણ આપી દઈએ. એ લોકોને હજી એ વાતની ખબર નથી પડી કે અપહત ટુરિસ્ટો સહીસલામત મુંબઈ પહોંચી ગયા છે. એ વાત જણાવવા સાથે અત્યાર સુધીનુ આપણું પ્લાનિંગ શું હતું એ પણ ટૂંકમાં જણાવી દઈએ. તેમજ આપણા માફિયા ચીફને પકડવાના પ્રયત્ન ચાલુ છે એ જ હકીકત જણાવવાની છે. આથી વિશેષ કહેવાની મને અત્યારે કોઈ જરૂરિયાત લાગતી નથી." બેનરજી સાહેબ સાથે બધાએ જુગલકિશોર સામે હકારથી જોયું. કારણ કે જુગલકિશોરની વાત સાચી હતો જો અત્યારે એ લોકોને રોકવામાં અને કોઈ જ માહિતી ન આપવામાં આવે તો અર્થનો અનર્થ થવાનો સંભવ હતો. અને મીડિયા તેમજ ટી. વી. ચેનલો કાગનો વાઘ કરી મૂકે એટલે તેમની સાથે વાત કરીને વિશ્વાસમાં લેવા જરૂરી હતા.

બેનરજી સાહેબે કિલ્લામાં બધીજ ઓર્થોરિટી, ટી. વી., મીડિયા ચેનલો અને પ્રેસ સાથે ચર્ચા વિચારણ કરવા અને માહિતી આપવા માટે કિલ્લામાં એક હાઈલેવલની મિટિંગ બોલાવી. જેમાં આંદામાન નિકોબાર સ્થિત બધી જ ગવર્નમેન્ટ ઓર્થોરિટીઓને પણ બોલાવી હતી. કારણ કે મકાઉ આઈ લેન્ડનું સ્થાન વ્યહાત્મક દ્રષ્ટીએ દરિયામાં મહત્વનું હતું. વળી માફિયા ચીફ થુમ્બા એ કિલ્લોમાં ખાલી સુધારા વધારા જ નહોતા કર્યા પણ તેમાં આધુનિક સગવડો અને અદ્યતન ટેલિકોમ્યુનિકેશનનાં સાધનોથી સજ્જા કરી દીધો હતો. તેને

જો એમજ રહેવા દેવામાં આવે તો ભવિષ્યમાં તેનો ગેર ઉપયોગ થવાનો ભય પણ હતો. તદુપરાંત એક ભય એ પણ હતો કે માફિયા ચીફ માટે કોઈ ભયજનક પરિસ્થિતિ ઉભી થાય તો તેણે આ કિલ્લાને રિમોટ સેન્સર ડિવાઈશથી ડાયનેમાંઇટથી ઉડાડી શકાય એવી કોઈ વ્યવસ્થા તો નથી ગોઠવીને? એ જાણી લેવું પણ એટલું જ જરૂરી હતું. અને જો આવી કોઈ ગોઠવણ કરી હોય તો બોમ્બ ડીસ્પોસલ સ્કોડની મદદથી એ નિષ્ક્રિય કરવી પડે. જેથી માફિયા ચીફ દૂરથી પણ રિમોટ સેન્સરનો ઉપયોગ ન કરી શકે. ભલે એ અત્યારે ભાગી ગયો છે પણ આ મકાઉ આઈલેન્ડને એમ જ આપણા માટે ન છોડી દે કંઈક તો તોડફોડ જરૂર કરશે જ.

બેનરજી સાહેબે બધાને સંબોધન કરતા કહ્યું કે “મને એ નથી સમજાતું કે મકાઉ આઈલેન્ડ આંદામાન નિકોબાર દ્વિપ સમુહથી ફક્ત પચીસ નોટિકલ માઇલનાં અંતરે હોવા છતાં અહીંની કોઈ ઓર્થોરિટીનાં ધ્યાનમાં આવી ગંભીર બાબત કેમ ન આવી? કોઈ વિદેશી માફિયા આઈલેન્ડનો કબજો લઈલે અને કિલ્લોમાં આધુનિક સુધારા વધારા કરી નાખે ત્યાં સુધી ખબર ન પડે. આ કઈ એક બે મહિનાનું કામ નથી. ઘણા લાંબા સમયથી આ ગતિવિધિ મકાઉ આઈલેન્ડ પર ચાલતી હશે. તમે લોકો પણ માફિયાએ મકાઉ આઈલેન્ડ પર કેવું સામ્રાજ્ય જમાવ્યું છે એ નજરે જોઈ શકો એટલે જ અહીયાં આ મિટિંગ ગોઠવી છે. જેથી બધાને સમજાય કે બેદરકારી અને બેજવાબદારીનું કેવું પરિણામ આવી શકે છે. માફિયા

ચીફ અત્યારે તો છટકી જવામાં સફળ થયો છે પણ એ તેનું આ જમાવેલું સામ્રાજ્ય સરળતાથી છોડે એવો નથી એટલે અહીયાં ચોક્કસ પાછો આવશે કે કોઈપણ જાતની ગતિવિધિ એ ચોક્કસ કરશે. તેણે તેના વિદેશી સંપર્કોને પણ કામે લગાડી દીધા હશે. તેનું નેટવર્ક આખી દુનિયામાં વિસ્તરેલું છે. અત્યારની પરિસ્થિતિ બદલાઈ જતા અહીયાની મિટિંગ તેને કેન્સલ કરવી પડી છે તેનાં કારણો પણ તેણે તેના સંપર્કોને આપવા પડ્યા હશે એ જેટલું આપણને સરળ લાગે છે એટલું સરળ તેના માટે નથી. એવું પણ બને કે તેણે કોઈ કામ માટેના એડવાન્સ પૈસા પણ લઈ લીધા હોય. જે તેને પાછા આપવા પડે અને કદાચ અત્યારે એ પૈસા પાછા આપી શકે એવી સ્થિતિમાં ન પણ હોય. એ જે હોય તે આપણે સતર્ક રહેવું પડશે. હું માનું છું કે મારી વાત આપ સહુને સમજાય ગઈ હશે."

"બેનરજી સાહેબ, મકાઉ આઈલેન્ડ પર જંગલીઓનું બહુ જોર હતું. કોઈ પણ દરિયાઈ જહાજ નજીક આવતું જુવે એટલે તીરનો મારો ચલાવીને માણસોને મોતને ઘાટ ઉતારી દેતા હતા. અમારા ઘણા માણસો આ રીતે માર્યા ગયા એટલે અમે તે તરફ ધ્યાન આપવાનું છોડી દીધું હતું. મકાઉ આઈ લેન્ડના મુખીયાએ અમને ઘણી વખત મદદ માટે કહ્યું હતું પણ અમે એ વાતને હળવાસથી લીધી અને કોઈ પણ જાતનું ધ્યાન ન આપ્યું. એ અમારા બધાંની અક્ષમ્ય ભૂલ હતી."

“તમારી આ ભૂલનો લાભ થુમ્બા એ ઉઠાવ્યો અને પોતાનું ક્ષેત્ર જમાવી દીધું. એ તો થુમ્બાનું કમનસીબ કે તેને જલ્દી પૈસા કમાવા મુંબઈનાં માણસોનું ટુરિસ્ટ તરીકે અપહરણ કરી પ્લેન મકાઉ આઈલેન્ડ ઉપર લઈ આવ્યો. બાકી થુમ્બા જંગલી સ્ત્રીઓને વેચીને ઘણી કમાણી કરતો હતો. બીજું તેના પ્લાનમાં અહીંથી પચાસ નોટિકલ માઈલ દૂર આવેલ વેણુ આઈલેન્ડ ઉપર પણ પોતાનું સામ્રાજ્ય સર્જવાનું વિચારી રાખ્યું હતું. વેણુ આઈલેન્ડ આશરે પંદર ચોરસ કિલોમીટરનાં વિસ્તારમાં પથરાયેલો છે. ત્યાં પણ ગીચ જંગલ છે અને મકાઉ આઈ લેન્ડ જેવીજ જંગલીઓની વસ્તી છે પણ પ્રમાણમાં ઓછી છે. આપણા આવા વ્યુહાત્મક સ્થળો પર દુશ્મન દેશો અને વિદેશી માફિયા તત્વોની નજર હમેશા રહેવાની જ. તેના માટે પણ અત્યારથી એક્શન લેવાનું શરૂ કરી દેજો. અંદામાન નિકોબાર દ્વિપસમૂહના બધાં જ આઈલેન્ડને એક વખત સૂરક્ષાની દ્રષ્ટિ એ ચકાસી લેવા પડે. જરૂર પડે ત્યાં મકાઉ આઈલેન્ડનો મુખીયા તમને જરૂરી મદદ કરશે. હવે પછી મુખીયાની વાતને સિરિયસલી લેજો.તેની સાથે દોસ્તીને આગળ વધાર જો. એ બહુ કામનો માણસ છે. તેની મદદ વગર અમે પણ આ મિશનની સફળતા સુધી પહોંચી જ શક્યા નહોત.”

“આજે તમને બધાંને અહીંયા બોલાવવાનું એક કારણ છે. એક તો તમને બધાને ખબર પડી ગઈ છે કે અહીંથી માફિયા ચીફ છટકીને ભાગી ગયો છે. બીજું આજ દિન સુધી આપણે

આ વ્યુહાત્મક મકાઉ આઈ લેન્ડનું મહત્વ નહોતા જાણતા પણ એક માફિયા એ અહીં કિલ્લોમાં પોતાનું સામ્રાજ્ય જમાવી દીધું એટલું જ નહીં ભૂતકાળમાં પણ તેણે આ આઈલેન્ડ કિલ્લાનો ગેરકાનૂની કાર્યો માટે ઉપયાગ કર્યો જ હશે. અહીંયાના રહેવાસી લોકોનું જીવન દુષ્કર બનાવી દીધું હતું. સ્રીઓનું અપહરણ કરી ઉપભોગનું સાધન બનાવી દીધી હતી. આ મકાઉ આઈલેન્ડના લોકો પોતાનો અને આઈલેન્ડનો વિકાસ કરવા માંગે છે.આજની મિટિંગમાં તેમના મુખીયા પણ હાજર છે. જેનો અમને `ઈગલ ઑપરેશન`ને સફળ બનાવવા માટે પૂરતો સહકાર મળ્યો છે. હવે આપણે અહીંની જેતે ઓર્થોરિટીએ કિલ્લાનો કબજો લઈ મકાઉ આઈલેન્ડ અને અહીંના લોકોના વિકાસ માટે ભરપૂર સહયોગ આપવો જોઈએ એવું મારું મંતવ્ય અને યોજનાઓ બનાવવાનું સૂચન છે. આપ સૌ આપનો મત આપશો." બધાં જ બેનરજી સાહેબની વાત અને ભવિષ્યની યોજના માટે સહમત હતા.

મકાઉ આઈલેન્ડના મુખીયા એ બેનરજી સાહેબ, જુગલકિશોર, રોનક અને ખાસ કરીને રોમા અને મનોજનો આભાર માન્યો.

મુખીયાએ બધીજ ઓર્થોરિટીને સંપુર્ણ સહકાર આપવાની ખાતરી આપી સાથે એમ પણ કહ્યું કે "મારા આઈલેન્ડનાં રહેવાસીઓને તમારા તરફથી કોઈ કનડગત ન થવી જોઈએ. અમે તમને સંપૂર્ણ સહકાર આપશું."

બેનરજી સાહેબે આગળ વાત વધારતા કહ્યું, "તમને લોકોને એક વાત જણાવી દઉં કે અમે અહીયાં અપહરણ કરીને માફિયા ચીફ દ્વારા લાવવામાં આવેલ બધાંજ ટુરિસ્ટોને હેમખેમ મુંબઈ પહોચાડી દીધા છે. આ ફક્ત તમારી જાણ માટે છે.આ સમાચાર હાલનાં તબક્કે કવરેજ માટે નથી એટલે આ વાત જ્યાં સુધી માફિયા ચીફનો અંત ન થાય ત્યાં સુધી તમારે ગુપ્ત રાખવાની છે. અમે આ સ્થળ જ્યાં સુધી માફિયા ચીફ અને તેના નેટવર્કનો ખાત્મો ન બોલો જાય ત્યાં સુધી છોડવાના નથી. તમારે અહીયાથી પાછા ચાલ્યા જવાનું છે કારણ કે આ સ્થળ ખતરાથી ખાલી નથી."

બેનરજી સાહેબ અમારે તમારા મિશન `ઈગલ` વિષે અને માફિયા ચીફ અહીંથી છટકી ગયો તો ક્યાં ગયો હશે? એ માટેની કોઈ માહિતી હોય તો એ જાણવાની ઈચ્છા છે. અમને ખબર છે કે તમે અમને આપવા જેવી જ માહિતી આપશો પણ અમે તમને વચન આપીએ છીએ કે જ્યાં સુધી માફિયા ચીફનો અને તેની ટીમનો અંત નહી થાય ત્યાં સુધી અમને આ મિશન વિશે તમે આપેલી કોઈ જ માહિતી લીક નહી કરીએ કે અમે કોઈને માહિતી આપશું પણ નહી. અમે જાણીએ છીએ કે માફિયા ચીફનો અંત નથી થયો કે પકડાયો નથી એટલે આ માહિતી જો એ જાણી જાય તો માફિયા ચીફને જીવતો પકડવાના આખાય મિશન પર પાણી ફરી વળે.

"હું પણ તમને 'મિશન ઈગલ' વિષે બધી વાત જણાવવા માંગું છું. આમ વાત ચાલતી હતી ત્યાં બેનરજી સાહેબને એક સાંકેતિક મેસેજ મળ્યો બેનરજી સાહેબના ચહેરા પર હળવી મુસ્કાન આવી ગઈ જુગલકિશોર અને તેની ટીમ સમજી ગઈ કે કામ ફતેહ થઈ ગયું છે. પણ કેવી રીતે! એ તો ચીફ ચોખવટ કરશે પછી જ ખબર પડશે.

31.
માફિયા ચીફનો અંત

બેનરજી સાહેબના મુખ પર આવેલી હળવી મુશ્કાન બધાએ જોઇને બધાને આશ્ચર્ય થયું કે આટલી ગંભીર પરિસ્થિતિમાં પણ બેનરજી સાહેબ સ્વસ્થ રહી શકે છે. એક પત્રકારે આ હળવી મુસ્કાનનું કારણ પૂછ્યું. બેનરજી સાહેબે કહ્યું, “એ વાત પણ હું તમને કરીશ અત્યારે તો હું અંતિમ પરિણામની રાહ જોઈ રહ્યો છું એ દરમ્યાન હું તમને અમારી આ ઓપરેશન `ઈગલના` પ્લાનિંગ વિષે વાત કરવા માંગુ છું. જે અત્યાર સુધી સફળ રહ્યું છે અને તેનો અંત પણ નજીકના ભવિષ્યમાં પૂરી સફળતા સાથે થશે.”

આટલી વાત કરી બેનરજી સાહેબે પ્રેસ કોન્ફરન્સમાં આખાય ષડયંત્ર અને તેના પર્દાફાસની વિગત આપતા કહ્યું, ”મેં આજે આ પ્રેસ કોન્ફરન્સમાં તમારા સવાલોનાં જવાબ અને તમારી પ્લેન હાઈજેકિંગ વિષેની ઇન્તેજારીનો અંત લાવવા માટે બોલાવી છે. તેમજ આગળ મેં કહ્યું તેમ સૂરક્ષાનાં હેતુથી પણ બધી જ ઓર્થોરીટીને તમારી સાથે મિટિંગમાં બોલાવી છે. તમે અત્યાર સુધી શાંતિ રાખી અમને સહકાર આપ્યો તે બદલ આપ સૌનો ખૂબ ખૂબ આભાર. અને મારી આઈ લેન્ડની સૂરક્ષાને લગતી વાતને પર વિશેષ ધ્યાન આપશો એવી મારી વિનતી છે.”

અમને જુગલકિશોરનાં જન્મદિવસની કેકમાંથી એક સંદેશો મળ્યો હતો. ફક્ત સંદેશમાં પ્લેન હાઈજેકિંગ એટલું જ લખ્યું હતું. બાકી કોઈ વિગત કે માહિતી નહોતી. એક સમાચાર હતા કે શહેરમાંથી વીસ સદસ્યોને માટે એક વિદેશી ટુર આયોજક દ્વારા ફ્રી ટુરનું આયોજન કરવામાં આવ્યું છે અને ટુરમાં જોડવા માટે એ વીસ સદસ્યોને આમંત્રણ આપવામાં આવ્યું છે. મેં એ લોકોની એક મિટિંગ બોલાવી હતી. પણ બધાંજ અજ્ઞાત વ્યક્તિની ધમકીથી ગભરાયેલા હતા. ત્યારે કોઈએ કોઈ માહિતી ન આપી. એટલે અમે ષડયંત્રકાર સુધી પહોચવા માટે ષડયંત્રકારને છૂટો દોર આપી આગળ વધવા દીધો અને પ્લેનનું હાઈ જેકિંગ થવા દીધું કારણ કે અમારે મુખ્ય સૂત્રધાર સુધી પહોંચવું હતું. તે માટે અમારી પાસે આ એકજ રસ્તો હતો. અમે આ વીસ સદસ્યોની એક એક ગતિવિધિ ઉપર બાજ નજર રાખતા હતા. કારણ કે પ્લેનહાઇજેક થયા પછીની ટુરિસ્ટોની શું પરિસ્થિતિ થાય એ વિશે અમે જાણતા હતા.

વિદેશી ટુર પાર્ટીએ હેપી એરઇન્ડિયાનું પ્લેન, ચાર્ટરપ્લેન તરીકે બુક કર્યું હતું. મેં તેમાં અમારો પાયલોટ જાસૂસ ચેતનને પાયલોટ તરીકે ગોઠવી દીધો. તેણે સંદેશો આપ્યો કે પ્લેનને હાઈજેક કરીને આંદામાન નિકોબારથી પચીસ દરિયાઈ નોટિકલ માઈલનાં અવિકસિત જંગલીઓની વસતી ધરાવતા મકાઉ આઈલેન્ડ ઉપર લાવવામાં આવ્યું છે. અને

દરેક અપહૃત પાસેથી ઓછામાં ઓછા પાંચ કરોડ અથવા અડધી મિલકત ખંડણી તરીકે વસુલવાની યોજના છે. મકાઉ આઈલેન્ડ ઉપર એક કિલ્લો પણ બાંધવામાં આવ્યો હતો જે આ માફિયા ચીફે અદ્યતન ટેકનોલોજીના સાધનોથી સુસજ્જ કર્યો છે. તેણે એવી વ્યવસ્થા ગોઠવી છે કે મકાઉ આઈલેન્ડ પર દરિયાઈ કે હવાઈ માર્ગે આવવું અશક્ય છે. દરિયાઈ માર્ગે જંગલીઓનો ભય છે અને હવાઈ માર્ગે આવવું શક્ય નથી, કિલ્લા પર એન્ટી એરક્રાફ્ટ ગનો ગોઠવી રાખી છે. તેમજ સૂરક્ષા ગાર્ડો સતત કિલ્લા ફરતી વોચ રાખતા હોય છે. આ કિલ્લો અભેદ્ય છે અને અહીયાં સુધી પહોચવું ખુબજ અઘરું છે.

ચેતને આપેલી આટલી માહિતી મારા માટે પૂરતી હતી. મેં દુનિયાનાં બધાંજ મોટા મોટા માફિયાની કરમ કુંડળી કાઢી તો દિશા સૂચન આફ્રિકન દેશ તરફ જતું હતું. વિશેષ માહિતી એ મળી કે આફ્રિકન ટેરીટરીનો માફિયા ચીફ થુમ્બા ખુબજ મહત્વાકાંક્ષી છે. તેનું કામ પૈસાદાર, પ્રખ્યાત માણસો, ટોપ વૈજ્ઞાનિકો વગેરેનું અપહરણ કરી અજાણ્યા અને અવિકસિત આઈલેન્ડ પર બંધક બનાવવાનો અને તગડી રકમ માંગવાનો ધંધો છે. એક વિશેષ વાત એ જાણવા મળી કે તે જંગલી વસ્તીની સ્રીઓનો પણ શોખીન છે. તેમજ મિત્રોને ઉપભોગ કરેલી સ્રીઓને ભેટમાં આપતો રહે છે. અગાઉ થુમ્બા એ મકાઉ આઈલેન્ડની પચીસેક સ્રીઓને પકડી બંધક બનાવી ઉપભોગ કરી મિત્રોમાં ભેટ તરીકે આપી દીધી હતી. આ

વખતે પણ તેનો એવો જ પ્લાન હતો. જેનો અમે ભરપૂર ફાયદો ઉઠાવ્યો. રોમાને જંગલી સ્રીના વેશમાં જંગલી સ્રીઓમાં ગોઠવી દીધી. યોજના પ્રમાણે રોમાએ થુમ્બાને ફસાવી માફિયા કિંગ થુંમ્બાની બધી માહિતી મેળવી મને મોકલી દીધી. થુમ્બા રોમાથી એટલો પ્રભાવિત થઈ ગયો હતો કે એકેએક વાત રોમાને કરતો. રોમાને તેણે પકડી લાવેલી જંગલી સ્રીઓને આધુનિક સ્રી બનાવવાનું કામ સોંપ્યું એ તકનો અમે ભરપૂર ફાયદો ઉઠાવ્યો. રોમાએ જંગલી સ્રીઓને જરૂર પડે થુમ્બા સાથે લડવા માટે પ્રશિક્ષિત કરી દીધી. અને થુમ્બાનાં કિલ્લામાં રહેલા થુમ્બાનાં દરેક માણસને આ જંગલી સ્રીઓએ પ્રભાવિત કરી પકડી લીધા. તેની જગ્યાએ રેમ્બો તેના માણસોને ગોઠવતો ગયો. આ બાબતે માફિયા ચીફ ઠેઠ સુધી અંધારામાં રહ્યો એટલે માફિયા ચીફ થુમ્બા સાથેની કિલ્લાને કબજે કરવાની લડાઈ આપણે સહેલાઈથી જીતી ગયા.

રોમાએ આપેલ માહિતીનાં આધારે આ ષડયંત્ર પાછળ આફ્રિકન ટેરીટરીનાં માફિયા ચીફ થુમ્બાનો હાથ છે એ સમજાય ગયું એટલે આખીય યોજના તૈયાર કરી નાખી. તે પહેલા ચેતનના સંદેશાને આધારે આ મારા બંને જા—બાજ જાસૂસોને મેં કામે લગાડી દીધા હતા. બંને પર જીવનું જોખમ હોવા છતાં દરયાઈ રસ્તે મકાઉ આઈલેન્ડ પર મોકલ્યા જ્યાં તે લોકોને રેમ્બો એટલે કે મનોજનો જંગલી વેશમાં અને મુખીયાનો સહકાર મળ્યો. રેમ્બો એટલે મનોજે પહેલથી જ

મુખીયાને આખીય યોજના સમજાવી રાખી હતી. મુખીયા પણ આ માફિયા ચીફના ત્રાસમાંથી છૂટવા માંગતો હતો એટલે મારી સાથે વાત થયા પ્રમાણે સંપૂર્ણ સહકાર આપવા માટે તૈયાર હતો.

રેમ્બો યાને મનોજ અને મુખીયાની મદદથી જુગલ અને રોનક કિલ્લામાં અંદર સુધી પહોંચી ગયા. કિલ્લાની પૂરી સિસ્ટમનો કબજો લઈ લીધો. પ્લેન શોધી કાઢીને ચેતનને મળી ટુરિસ્ટોને ક્યાં બંધક બનાવી ને રાખ્યા છે એ વિશેની માહિતી જાણી લીધી. રેમ્બો કિલ્લામાં પહોંચી ગયા પછી આડકતરી રીતે જુગલ, રોનકને મદદ રૂપ થતો ગયો. રોમાએ પણ થુમ્બાને ફસાવીને મોટા ભાગની વિગતો એકઠી કરી મને મોકલી દીધી હતી. અમારે બે વખત માફિયા ચીફ સાથે અથડામણ થઈ અમે ધાર્યું હોત તો તેનો ખાતમો ત્યારે જ બોલાવી શકત પણ મારે તેને જીવતો પકડવો હતો એટલે તેના પર જીવલેણ હુમલો ન કર્યો એ તકનો લાભ લઈને એ છટકી જવામાં સફળ થઈ ગયો.

"બેનરજી સાહેબ તો અત્યારે એ માફિયા ચીફ ક્યાં જઈને છુપાયો છે? આપણે તેને પકડવામાં સફળ થઈશું? આ મિશન ક્યાંરે પૂરું થશે? ટુરિસ્ટો તો પોતાના ઘરે પહોંચી ગયા પણ અમને માફિયા ચીફના અંતમાં રસ છે. જેથી આ ક્ષેત્ર સુરક્ષિત થઈ જાય."

"હા, આપણે સફળ થઈશું નહિ આપણે સફળ થઈ ગયા છીએ. તમે મને મારી હળવી મુસ્કાનનું કારણ પૂછ્યું હતું ને તો હવે એ કારણ તમને જણાવી દઉં છું. મેં તમને આગળ જણાવ્યું તેમ માફિયા ચીફ આવા જ અવિકાસિત વેણુ આઈલેન્ડનો કબજો કરીને બેઠો છે. માફિયા ચીફ અહીંથી ભાગીને ક્યાં ગયો હશે એ આપણને ખબર નહોતી. આપણી નેવીનાં હેલીકોપ્ટર સતત તેને શોધી રહ્યા હતા. માફિયા ચીફે વેણુ આઈલેન્ડ પહોંચી મને ઇન્ટર નેટનો ઉપયોગ કરી એક સંદેશો આપ્યો કે 'તમે મને ક્યારેય શોધી કે મારી નહી શકો પણ હું તમારા બધાનો ખાતમો અહીં બેઠા બેઠા ગમે ત્યારે બોલાવી શકું તેમ છું. મેં આખાય કિલ્લામાં નેટ રિમોટ સેન્સરથી કન્ટ્રોલ કરી શકાય એવી ડાયનેમાઈટની જાળ પાથરી રાખી છે. બેનરજી સાહેબ તમે તમારી બાકી રહેલી જિંદગીની પળો ગણવા માંડો. હું રિમોટની સ્વીચ દબાવું એટલી જ તમારી જિંદગી બચી છે.'

મેં તેને વળતો સંદેશો આપ્યો કે "થુમ્બા તારી એ ઈચ્છા પણ પૂરી કરી લે. તારા હાથમાં હવે રિમોટ સેન્સર નહી પણ ફક્ત તેનું ખોખું જ છે."

થુમ્બાના આ સંદેશા એ મારું કામ આસાન કરી દીધું. પહેલાં મેં આકાશમાં ચક્કર મારતા નેવીનાં હેલીકોપ્ટરને વેણુ આઈ લેન્ડનું લોકેશન જણાવીને ત્યાં એક્શન સ્ટાર્ટ કરવાનું કહ્યું. અને સૂચના આપી કે શક્ય હોય ત્યાં સુધી માફિયા

ચીફને જીવતો પકડવો છે પણ જો તે ભાગે તો તેનો આ વખતે ખાતમો બોલાવી દેજો. મને શંકા હતી જ કે માફિયા ચીફે આવી કંઈક ગોઠવણ અહીયા જરૂર કરી હશે જ એટલે મેં બોમ્બ ડીસ્પોઝલ સ્કોડને રિમોટ સેન્સર શોધીને તેને ડીસએબલ કરવાનું કહ્યું. જે કામ તેમણે કરી નાખ્યું છે. અત્યારે કિલ્લો સંપૂર્ણ રીતે સુરક્ષિત છે. માફિયા ચીફ પાસે હવે ફક્ત રિમોટ સેન્સરનું ખોખું જ રહ્યું છે.

મારી સાથે વાત થયા પછી થુમ્બાને સમજાય ગયું કે આપણું છેલ્લું શસ્ત્ર પણ નિષ્ફળ ગયું છે. તેમજ થુમ્બાને આકાશમાં ચક્કર મારતા નેવીનાં હેલીકોપ્ટર જોઇને સમજી ગયો કે પોતે ક્યાં છુપાયો છે એ ખબર પડી ગઈ છે એટલે તેણે ગભરાઈને ભાગવાનો પ્રયાસ કર્યો. મને એક વાતનો અફસોસ રહી ગયો કે થુમ્બા જીવતો હાથમાં ન આવ્યો ભાગતી સમયે તેણે ફરીથી હેલીકોપ્ટરનો ઉપયોગ કર્યો જે આપણી નેવીએ નિષ્ફળ બનાવી તેના હેલીકોપ્ટરને હવામાં જ ઉડાવી દીધું. એ સિવાય આપણી પાસે બીજો કોઈ વિકલ્પ નહોતો બચ્યો કારણ કે આ વખતે તેને કોઈપણ સંજોગોમાં છટકીને ભાગી જવા ન દેવાય.અને આ રીતે માફિયા ચીફ થુમ્બાનો અંત થઈ ગયો.

આપણને થુમ્બાના દુનિયાભરના નેટવર્કની ખબર પડી ગઈ હતી. આથી કિલ્લામાં રહેલી કમ્પ્યુટર સિસ્ટમ સાથે થુમ્બાનાં આખાય નેટ વર્કને નેસ્ટ નાબૂદ કરી દેવામાં આવ્યું

છે. કિલ્લામાં તેના સુપર કોમ્પ્યુટરમાંથી ડેટા મેળવી જે તે દેશની સરકારને જાણ કરી દેવામાં આવી છે. જે તે દેશની સરકારે એક્શન લઈ થુમ્બાનું નેટવર્ક નેસ્ટ નાબુદ કરી નાખ્યું છે. હાલના તબક્કે થુમ્બા સાથે તેના સંપૂર્ણ નેટવર્કનો નાશ કરી દેવામાં આવ્યો છે.અત્યારે આ ક્ષેત્ર સંપૂર્ણ પણે સુરક્ષિત છે.

બધાંએ બેનરજી સાહેબની વાત ને તાળીઓથી વધાવી લીધી. ડોકટર રામનાથન ટુરિસ્ટો સાથે મુંબઈ નહોતા ગયા આખાય મિશનનાં અંતને જાણવા માટે રોકાય ગયા હતા. ડોક્ટર રામનાથને બેનરજી સાહેબ, જુગલકિશોર, રોનક, રોમા, મનોજ અને ચેતનનો આભાર માન્યો અને કહ્યું “કે જો બેનરજી સાહેબ અને તેની જાસૂસ ટીમે અમને સમયસર ન બચાવ્યા હોત તો આજે અમે કોઈ જીવિત ન હોત. અમે મુંબઈમાં બેનરજી સાહેબ અને તેની ટીમ માટે એક પાર્ટીનું આયોજન કર્યું છે તમે બધાં તેમાં સહભાગી બનો એવી અમારી વિનંતી છે.”

ડોકટર રામનાથનના આમંત્રણને માન આપી બધાંજ પાર્ટીમાં હાજર રહ્યા અને પાર્ટી સાથે પ્લેન હાઈજેકીંગનાં સંદેશાનું કામ પણ પૂરું થઈ ગયું. આ વખતે પાર્ટીની કેકમા કોઈ સંદેશો કે ચિઠ્ઠી નહોતી. બધાએ તાળીઓનાં ગગડાટ સાથે નિરાંતનો શ્વાસ લીધો. ”ઓપરેશન...`ઈગલ`....ઈઝ.... ઓવર.....”

સમાપ્ત......

નરેન્દ્ર ત્રિવેદી

Milton Keynes UK
Ingram Content Group UK Ltd.
UKHW020728081123
432193UK00018B/687

9 798223 676782